அழ நாடு

தேனி மாவட்டத்தின் தொல்லியல் சுவடுகள்

அ. உமர் பாரூக்

டிஸ்கவரி பப்ளிகேஷன்ஸ்
எண்: 9, பிளாட் எண்: 1080A, ரோஹிணி பிளாட்ஸ்,
முனுசாமி சாலை, கே.கே.நகர் மேற்கு,
சென்னை-600 078. பேச: 99404 46650

அழ நாடு

ஆசிரியர் : அ.உமர் பாரூக்©

Azha Naadu

Author : **A.Umar Farook©**

Printed : Ramani print Solution, Chennai -5.

1st Edition : November - 2020

2nd Edition : September - 2021

வெளியீட்டு எண் : 0047

ISBN: 978-93-89857-31-3

Pages: 184

Rs. 210

Publisher	***Sales Rights***
Discovery Publications	**Discovery Book Palace (P) Ltd**
No: 9, Plot:1080A,	No: 6, Mahaveer Complex,
Rohini Flats,	Munusamy Salai,
Munusamy Salai,	K.K.Nagar West,
K.K.Nagar West,	Chennai-600 078.
Chennai - 600 078.	Ph: (044) 4855 7525
Mobile: +91 99404 46650	Mobile: +91 87545 07070

discoverybookpalace@gmail.com

WWW.DISCOVERYBOOKPALACE.COM

இந்த நூலில் பிரசுரமாகியுள்ள எந்த ஒரு பகுதியையும் பதிப்பாளரின் எழுத்து பூர்வமான முன்அனுமதி பெறாமல் எடுத்தாள்வதோ, மறுபிரசுரம் செய்வதோ, மொழியாக்கம் செய்வதோ, அச்சு மற்றும் மின்னணு ஊடகங்களில் மறுபதிப்பு செய்வதோ, காப்புரிமை சட்டப்படி தடை செய்யப்பட்டுள்ளது. இந்த நூலிலிருந்து குறிப்பிட்ட பகுதிகளை மேற்கோள்காட்டி புத்தக விமர்சனம் செய்ய, ஊடகங்களுக்கு மட்டும் அனுமதி உண்டு.

உங்கள் மொபலில் போனிலிருந்து ஸ்கேன் செய்து டிஸ்கவரி புக் பேலஸின் மொபைல் ஆப்பை டவுன்லோடு செய்து, புத்தகங்களை வாங்குங்கள்.

அன்புப் பரிசாக...
அடைக்குந்தாழ் அற்ற அன்பு கொண்டவர்
திரைக் கலைஞர்
அண்ணன் **சுருளிப்பட்டி சிவாஜி**
அவர்களுக்கு இந்த நூலைப் பரிசளிக்கிறேன்.

நன்றிக்குரியோர்

- 30 ஆண்டுகளில் வெளிவந்த தொல்லியல் கழக ஆவணங்களைப் பெற பேருதவி புரிந்த தொல்லியல் கழகத் தலைவர் தோழர் செந்தீ நடராசன் அவர்கள், தொல்லியல் கழகச் செயலாளர் பேராசிரியர் சு.ராசவேலு அவர்கள்.
- தமிழ்ப் பல்கலைக்கழகத்தின் ஆராய்ச்சி அருங்காட்சியகத்தைப் பார்வையிட அனுமதித்து, ஆலோசனை தந்த கல்வெட்டியல் துறைத்தலைவர் பேராசிரியர் பா.ஜெயக்குமார் அவர்கள்.
- தொல்லியல் பயணங்களில் உடனிருந்த தோழர்கள் மு.ஜெய்கணேஷ், சி.அருண்குமார், எழுத்தாளர் ம.காமுத்துரை, அய்.தமிழ்மணி, சற்குணம், கணபதிமுருகன், கவிஞர் கூ.தங்கேஸ்வரன், எஸ்.ஜி.செந்தில்குமார், தாத்துராஜ்.
- நூல்கள் சேகரிப்பில் உதவி செய்த தோழர்கள் சாத்தூர் ஜெகனாதன், சுருளிப்பட்டி சிவாஜி, கம்பம் சோ.பஞ்சுராஜா.
- என்னுடைய ஒவ்வொரு தொல்லியல் சார்ந்த முயற்சிகளுக்கும் வழிகாட்டும் நாகர்கோவில் செம்பவளம் ஆய்வுத் தளத்தின் ஆய்வாளர்கள் தோழர் செந்தீ நடராசன், பேரா. அ.கா.பெருமாள், அனந்து, நாகராசன்.
- தரவுகள் குறித்த ஆலோசனையில் உதவிய கம்பம் வாவேர் பள்ளியின் மேனாள் செயலாளர் ஜஃபருல்லா அவர்கள்.
- ஆவணங்களை நகலெடுப்பது துவங்கி, தொல்லியல் பணிகளை அலுவல் ரீதியாக ஒருங்கிணைப்பதில் உதவிய சகோதரர் அ.தமீம் அன்சாரி (புத்துயிர்) மற்றும் புகைப்படங்களை ஒழுங்குசெய்து அளித்த 'இந்தியா 2047 பிரிண்டர்ஸ்' முகமது அலவி.
- தொல்லியல் தரவுகளைத் தேடும் தொடர் பணியில் தங்களை ஈடுபடுத்திக்கொண்டுள்ள தமிழ்நாடு முற்போக்கு எழுத்தாளர் கலைஞர்கள் சங்கம், அறம் கிளையின் தொல்லியல் குழு உறுப்பினர்கள்.
- முன்அட்டைக்கான புகைப்படத்தினைப் பதிவு செய்து உதவிய புகைப்படக் கலைஞர் கம்பம் பாண்டி.
- தமிழ்நாடு முற்போக்கு எழுத்தாளர் கலைஞர்கள் சங்கம், தேனி மாவட்ட தோழர்கள்.

நூலின் உள்ளே...

1. நுழைவாயில்
2. அணிந்துரை
3. அழநாடு
4. தொல்லியல் ஓர் அறிமுகம்
5. காலம் அறிதல்
6. தமிழின் எழுத்து மாற்றங்கள்
7. பாறை ஓவியங்கள்
8. நினைவுச் சின்னங்கள்
9. புள்ளிமான் கோம்பை நடுகற்கள்
10. சங்க கால ஈமக்காடு
11. கண்ணகி கோட்டம்
12. பாண்டியர் முத்திரை நாணயங்கள்
13. ரோமானியர் நாணயங்கள்
14. சின்னமனூர் செப்பேடுகள் பொ.ஆ. 8ஆம் நூற்றாண்டு
15. உத்தமபாளையம் சமணப்பள்ளி பொ.ஆ. 9ஆம் நூற்றாண்டு
16. ரோசனப்பட்டி புத்தர் சிலை பொ.ஆ. 9ஆம் நூற்றாண்டு
17. எல்லப்பட்டி புத்தர் சிலை பொ.ஆ. 9ஆம் நூற்றாண்டு
18. சின்னமனூர் லட்சுமிநாராயணப் பெருமாள் கோயில் பொ.ஆ.11
19. மேல்மங்கலம் வரதராசப் பெருமாள் கோயில் பொ.ஆ. 13
20. பாண்டியர்கால எல்லைக்கற்கள் பொ.ஆ. 13
21. உத்தமபாளையம் தூண் கல்வெட்டு பொ.ஆ. 13
22. மேல்மங்கலம் மாயாபாண்டீஸ்வரர் கோயில் பொ.ஆ. 13
23. உப்பார்பட்டி திருநீலகண்டேசுவரர் கோயில் பொ.ஆ. 13
24. மேல்மங்கலம் நடுவீற்றிருந்த பெருமாள் கோயில் பொ.ஆ.13
25. சாமாண்டியம்மன் கோயில் பொ.ஆ. 13
26. சின்னமனூர் பூலாநந்தீஸ்வரர் கோயில் பொ.ஆ. 13
27. பெரியகுளம் கைலாசநாதர் கோயில் பொ.ஆ. 13
28. பிற்காலப் பாண்டியர் கோயில் பொ.ஆ. 13
29. பெரியகுளம் ராஜேந்திர சோழீஸ்வரர் கோயில் பொ.ஆ. 13
30. கம்பம் வேலப்பர் கோயில் பொ.ஆ. 13

31. உத்தமபாளையம் திருக்காளத்தீஸ்வரர் கோயில் பொ.ஆ. 13
32. வீரபாண்டி கண்ணீஸ்வரமுடையார் கோயில் பொ.ஆ. 13
33. கம்பம் வாவேர் பள்ளிவாசல் பொ.ஆ. 14
34. கம்பம் கம்ராயப்பெருமாள் காசிவிஸ்வநாதர் கோயில்பொ.ஆ.16
35. தேவாரம் அவிநாசியப்பர் கோயில் பொ.ஆ. 17
36. ஓடைப்பட்டி சதிக்கல் பொ.ஆ. 17
37. பூதிப்புரம் வீரக்கல் பொ.ஆ. 17
38. வீரபாண்டி சதிக்கல் பொ.ஆ. 17
39. புதுப்பட்டி நடுகற்கள் பொ.ஆ. 17
40. பாலக்கோம்பை செப்பேடு பொ.ஆ. 17
41. கூடலூர் அழகிய பெருமாள் கோயில் பொ.ஆ. 17
42. கூடலூர் சிவன் கோயில் பொ.ஆ.17
43. கூடலூர் நான்கு அடுக்கு வீரக்கல் பொ.ஆ. 17
44. பெரியகுளம் மடைக்கல்வெட்டு பொ.ஆ. 18
45. உத்தமபாளையம் செப்பேடு பொ.ஆ. 18
46. தேவதானப்பட்டி குதிரை வீரன்கல் பொ.ஆ. 18
47. உத்தமபாளையம் சாயபு மலை பொ.ஆ. 18
48. பெரியகுளம் நவாப் ஜாமிஆ பள்ளிவாசல் பொ.ஆ. 18
49. கூடலூர் சதிக்கல் பொ.ஆ.18
50. கூடலூர் குதிரை வீரன்கல் பொ.ஆ. 18
51. கூடலூர் வெடிவீரன் நடுகல் பொ.ஆ. 18
52. உத்தமபாளையம் சதிக்கற்கள் பொ.ஆ. 18
53. ஐம்புலிபுத்தூர் கதலி நரசிங்கப் பெருமாள் கோயில் பொ.ஆ. 19
54. போடி காளியம்மன் கோயில் கல்வெட்டு பொ.ஆ. 19
55. தேனி ஓலைச்சுவடிகள் பொ.ஆ. 19
56. அனுமந்தன்பட்டி தூய ஆவியானவர் தேவாலயம் பொ.ஆ.19
57. இராயப்பன்பட்டி பனிமயமாதா ஆலயம் பொ.ஆ. 19
58. வீரபாண்டி செப்பேடு பொ.ஆ. 19
59. போடி அரண்மனை சுவர் ஓவியம் பொ.ஆ. 19
60. நிறைவாக...
61. பின்னிணைப்பு : நிலத்தை ஆண்டவர்கள்

நுழைவாயில்

நான் சிறுவனாக இருந்தபோது எனக்குச் சொல்லப்பட்ட வரலாறுகள் கற்பனைக் கதைகளாகவே இருந்தன. உண்மையின் அளவு குறைவாகவும், கதைகளின் அளவு அதிகமாகவும் இருந்த கலவையையே நான் வரலாறாக அறிந்துகொண்டேன். இவை தாத்தாக்களாலும், பாட்டிகளாலும் சொல்லப்பட்ட பொழுதுபோக்கு கதைகள் இல்லை. பள்ளிகளிலும், படித்தவர்களாலும் சொல்லப்பட்ட வரலாறுகளே இவ்வாறுதான் இருந்தன.

எனக்குச் சொல்லப்பட்டது: திருவள்ளுவருக்கு வாசுகி என்ற ஒரு மனைவி இருந்தார். அவர் ஒரு கற்புக்கரசி. கணவன் சொல் தவறாதவர். அவர், "பெய்" என்று சொன்னால், 'பெய்யெனப் பெய்யுமாம் மழை!' கிணற்றில் தண்ணீர் இறைக்கும்போது, கணவர் அழைப்பு கேட்டு பதறி வாசுகி ஓடியபோது கிணற்றின் அந்தரத்தில் தண்ணீர் இறைக்கும் வாளி அப்படியே நின்றிருந்ததாம். திருவள்ளுவர் குறித்து நான் கேட்ட அநேக உரைகளில் இந்தக் கதை அப்படியே வரலாறு என்ற பெயரில் இடம்பெற்றிருந்தது.

சில ஆண்டுகளுக்கு முன்பு வரலாறு குறித்தும், தொல்லியல் குறித்தும் அறிவு வளரத் துவங்கிய போதுதான் தெரிந்தது எனக்குச் சொல்லப்பட்டது வரலாறு அல்ல... வெறும் கதை என்று. வரலாற்று ஆதாரங்கள் எதிலும் திருவள்ளுவரின் வாழ்க்கை குறிப்புகள் எதுவும் கிடைக்கவில்லை என்பதையும், அவரது மனைவியின் பெயர் என்னவென்றே தெரியாது என்பதையும் நான் முதன்முதலாக அறிந்து கொண்ட போது, உண்மையில் எனக்குத் தூக்கம் வரவில்லை. நான் அறிந்த எல்லா வரலாறுகளின் மீதும் புதிய புதிய கேள்விகள் பிறந்தன.

அ. உமர் பாரூக் ● 7

இலக்கிய வகுப்புகளில், நாம் கேள்விப்பட்ட இன்னொருவர் சீத்தலைச் சாத்தனார். இவரை அறிமுகம் செய்யும் தமிழாசிரியர்கள் அந்தக் காலங்களில் 'சீழ்த்தலைச் சாத்தனார்' என்றே கூறுவார்கள். (இப்போது எப்படியோ..?) இந்தப் புலவர் சந்திக்கும் நபர்களில் யாரெல்லாம் தமிழைத் தவறாக உச்சரிக்கிறார்களோ, அப்போதெல்லாம் எழுத்தாணியைக் கொண்டு தன் உச்சந்தலையில் குத்திக்கொள்வாராம். அப்படி, தலை முழுவதும் சீழ்பிடித்த புலவராக இருந்ததால் சீழ்த்தலைச் சாத்தனார் என்று பெயர் வந்ததாம். அநேகமாக, என் வயதொத்த பெரும்பாலானவர்களுக்கு இதே கதைதான் சொல்லப்பட்டிருக்கும்.

தொல்லியல் ஆய்வாளர் செந்தீ நடராசன் அவர்கள் ஒரு வகுப்பில் விளக்கிய பிறகுதான் இந்த மோசமான கதையின் கற்பனைத் திறன் விளங்கியது. தமிழில் 'சாத்து' என்றால் வணிகக் குழு என்று பொருள். சிலப்பதிகாரத்தில் கண்ணகியின் தந்தையார் 'மாசாத்துவன்' என்று குறிப்பிடப்படுவார். இது பெயர் அல்ல. மிகப் பெரிய வணிகன் அல்லது வணிகக் குழுவைச் சார்ந்தவன் என்பதைக் குறிக்கும் சொல்தான் மாசாத்துவன்.

இதேபோல, 'சாத்தன்' என்பதும் இதே பொருள்தரும் சொல் தான். 'தலைச் சாத்தன்' என்றால் வணிகக் குழுக்களின் தலைவன் என்று பொருள். சீத்தலைச்சாத்தன் என்றால் 'ஸ்ரீ தலைச் சாத்தன்' மரியாதைக்காக குறிக்கப்படும் 'ஸ்ரீ'யை தமிழில் 'சீ' என்று அழைப்பதை பல கல்வெட்டுகள் உறுதிசெய்கின்றன. சீத்தலைச் சாத்தன் என்று அழைக்கப்பட்ட புலவன், ஒரு வணிகர் தலைவனாகவும் இருந்திருக்கிறான் என்பதையே இந்தச் சொல் குறிக்கிறது.

ஒரு சொல்லின் முழுமையான பொருள் பிற்காலத்தில்கூட கண்டுபிடிக்கப்படலாம். அதில் தவறில்லை. ஆனால், பொருள் விளங்காத ஒரு சொல்லை கற்பனைக்கதைகளால் நிரப்பி விடும்போது வரலாறு மேலும் சிக்கலாகிவிடுகிறது. வரலாற்று மனிதர்களைப் புரிந்துகொள்ள முடியாத உளவியல் சிக்கலையும் உருவாக்கிவிடுகிறது.

இதேபோலவே, இலக்கியங்களில் கூறப்படும் கதைகளையும் முழு வரலாறு என்று நம்பிவிடும் போக்கு, இலக்கியத்தின் அடிப்படையில், கதாம்சத்தில் உண்மை இருக்கலாம். ஆனால், முழு இலக்கியமுமே உண்மையாக இருக்கவேண்டும் என்ற

அவசியமில்லை. ஒருவேளை அது உண்மையாக இருந்தாலும், வரலாறாக மாறுவதற்குப் புற ஆதாரங்கள் என்று சொல்லப்படும் கல்வெட்டுகள், செப்பேடுகள் உள்ளிட்ட வரலாற்று ஆவணங்கள் அவசியம். நமக்குச் சொல்லப்படும் வரலாறுகள் கதைகள்தானா? அல்லது உண்மையான வரலாறா? என்பதை உறுதி செய்து கொள்ள தொல்லியல் சான்றுகள்தான் அடிப்படையானவை.

தொல்லியல் கூறுகள் என்பவை வரலாறு அல்ல. வரலாற்றை உருவாக்குவதற்குத் தேவையான கச்சாப் பொருட்கள். தனித்தனியாக இருக்கும் தொல்லியல் ஆதாரங்களை ஒருங்கிணைக்கும் போது ஒரு மனிதனின் அல்லது ஒரு பகுதியின் வரலாறு படிப்படியாக முழுமை பெறும். அப்படி தேனி மாவட்ட வரலாற்றை முழுமையாக உருவாக்குவதற்கான அடிக்கட்டுமானமாகவே இந்தத் தொல்லியல் ஆதாரங்களின் ஒருங்கிணைப்புப் பணியைத் துவங்கியுள்ளேன்.

தமிழகத் தொல்லியல் துறை ஒவ்வொரு மாவட்டத்துக்கும் ஒரு தொல்லியல் கையேட்டினை வெளியிட்டிருக்கிறது. அந்த மாவட்டத்தில் உள்ள தொல்லியல் கண்டுபிடிப்புகள், கல்வெட்டுகள், நினைவுச்சின்னங்கள் என்று விரிவான தகவல்களைத் தொகுத்து பல மாவட்டங்களுக்கான கையேடுகள் வெளியிடப்பட்டுள்ளன.

அதுபோன்று, தேனி மாவட்ட கையேட்டினைத் தேடி சில ஆண்டுகளுக்கு முன்பு என் பயணம் துவங்கியது. ஒரு மாவட்டம் பிரிக்கப்பட்டு இருபது ஆண்டுகளுக்கு மேலாகியும் தொல்லியல் கையேடு உருவாக்கப்படவில்லை. பல ஆய்வாளர்கள் மதுரை மாவட்ட கல்வெட்டுத் தொகுதியில், தேனி மாவட்டக் கல்வெட்டுகள் இடம்பெற்றிருக்கலாம் என்று வழிகாட்டியதன் அடிப்படையில், மதுரை மாவட்ட கல்வெட்டு தொகுதி ஒன்றினை தேடி வாங்கினேன். அப்போது கிடைத்தது முதல் தொகுதி. அதில் தேனி மாவட்டத்தைக் காணோம். இரண்டாம் தொகுதியை தமிழ் இணையப் பல்கலைக்கழகத்தின் உதவியோடு மின்னணு மயமாக்கப்பட்டிருந்த பதிப்பைப் பெற்றேன். இரண்டாம் தொகுதி வெளியிடப்பட்ட போது மதுரையில் இருந்து தேனி பிரிந்து விட்டதால், அதனை இணைக்கவில்லை. மறுபடியும் அங்கங்கே கிடைத்த செய்திகளையும், ஆவணங்களையும் ஒருங்கிணைக்கத் துவங்கினேன்.

வெவ்வேறு ஆய்வாளர்கள், வெவ்வேறு காலங்களில் கண்டுபிடித்த தொல்லியல் ஆதாரங்களை, இந்த இணைய யுகத்திலும் ஒருங்கிணைப்பது மிகக் கடினமானதாகவே இருக்கிறது. ஒரு புதிய

கல்வெட்டினை நம் பகுதியில் கண்டுபிடித்தால் அது ஏற்கெனவே கண்டுபிடிக்கப்பட்டதுதானா? என்பதை உறுதி செய்துகொள்ளவே கடினமான பல முயற்சிகளை மேற்கொள்ள வேண்டியதிருக்கும். மத்திய தொல்லியல் துறை வெளியிட்ட கல்வெட்டுத் தொகுதி களிலும், மாநில தொல்லியல் தொகுதிகளிலும் தேடவேண்டும்.

இவை இரண்டையும் தாண்டி தன்னார்வ ஆய்வாளர்களின் கண்டுபிடிப்புகள், பல்கலைக்கழகங்களின் கண்டுபிடிப்புகள் என்று தேடல் விரிந்துகொண்டே செல்லும். இவை அனைத்தையும் ஒருங்கிணைக்கும் ஒரு இணையதளம்கூட இப்போது வரை இல்லை.

இயன்றவரை இவை அனைத்திலும் வெளியான தேனி மாவட்டம் குறித்த தொல்லியல் கண்டுபிடிப்புகளையும் ஒருங்கிணைத் திருக்கிறேன். இவற்றோடு தொல்லியல் கழகம், ஆண்டு தோறும் வெளியிட்ட ஆவணத் தொகுப்புகள் மிகப் பெரிய தொல்லியல் களஞ்சியமாக விளங்குகின்றன. முப்பது ஆண்டுகளின் ஆவணத் தொகுப்புகளையும் வெவ்வேறு இடங்களில் பெற்று, இவை அனைத்திலும் இருந்த தேனி மாவட்டம் குறித்த குறிப்புகளைத் தொகுத்து ஒரு பட்டியல் எடுத்துக்கொண்டு, ஒவ்வொரு பகுதியாக கள ஆய்வு செய்து, இரண்டு ஆண்டுகளுக்குப் பின்பு இந்தச் சிறிய நூல் உங்கள் கைகளில் இருக்கிறது. ஏற்கெனவே கண்டுபிடிக்கப்பட்ட தொல்லியல் தளங்கள் மட்டுமின்றி, புதிதாக நாங்கள் கண்டுபிடித்த செய்திகளையும் இணைத்திருக்கிறேன். பெரும்பாலான இடங்களுக்கான ஜி.பி.எஸ். வழிகாட்டும் எண்ணையும் தலைப்பின் கீழேயே கொடுத்திருக்கிறேன்.

தொல்லியல் ஆதாரங்கள் எனும் செங்கற்களை இணைத்து, வரலாற்றுக் கோட்டையினை எழுப்பும் பணியில் இச்சிறு நூல் உதவியாக இருக்கும் என்று நம்புகிறேன்.

தோழமையுடன்,

அ.உமர் பாரூக்

healerumar@gmail.com

செந்தீ நடராசன்
நிர்வாக இயக்குநர், செம்பவளம் ஆய்வுத்தளம்.
தலைவர், தொல்லியல் கழகம், தஞ்சை.

நாடிய எதையும் நன்றாய்...

தொல்லியல் புத்தகங்களைப் படிப்பது அவ்வளவு சுவையாக இருக்காது என்று யார் சொன்னார்கள்..?

இந்த நூலைப் படித்துப் பாருங்கள்...

இதுவரை வெளிவராத தேனி மாவட்ட தொல்லியல் தொடர்பான கையேட்டை உருவாக்குவதை நோக்கமாகக் கொண்டுள்ளது, இந்த நூல். ஆனால், நூலின் முதல் பகுதியைப் படித்துவரும்போதே தொல்லியல் என்ற அறிவியலின் எல்லாத் தளங்களையும் நம் கண்முன்னே விரித்துப்போடுகிறது.

என்னுடைய நண்பர் ஒருவர் என் வயதை ஒத்தவர், "ஆர்க்கியாலஜி என்றால் என்ன என்று சுருக்கமாகச் சொல்?" என்றார். எனக்குத் தெரியும்... ஆனால் சொல்லத் தொடங்கும்போதுதான், உடனடியாக என்னால் சொல்ல வராது என்ற வெறுமையை உணர்ந்தேன். இந்த நூல் முன்னதாகவே வந்திருந்தால், இதை அவர் கையில் கொடுத்துவிட்டு நான் தப்பியிருப்பேன். நூலின் முதல் பகுதி அதைத்தான் செய்திருக்கிறது.

தேனி மாவட்டத்தில் காணக்கிடைக்கும் தொல்லியல் தரவுகளை 'அகழ்வாராய்ச்சி' எனத் தொடங்கி 'தமிழின் எழுத்து மாற்றங்கள் வரையிலான தலைப்புகளில் வகைப்படுத்திக்கொண்டு நூலைத் திட்டமிட்டுக் கட்டமைத் துள்ளார்.

இரண்டாம் பகுதியில், நில/நீர் அகழ்வாராய்ச்சிகள், கல்வெட்டு, சிற்பம், செப்பேடு, ஓவியம், நாணயம், ஓலைச்சுவடி என்ற தலைப்புகளில் தேனி மாவட்டம்

விரிய இருக்கிறது. ஆனால், அதற்கு முன்னால் மேற்கண்ட ஒவ்வொரு தலைப்பு பற்றிய அறிமுகக் குறிப்புகள் இடம்பெறுகிறது. இந்தத் தலைப்புகள் பற்றிய குறிப்புகள் தரும் தெளிவு, மாவட்டம் பற்றிய தரவுகளைச் சிரமமின்றிப் புரிந்துகொள்ள வழி வகுக்கிறது.

அடுத்து வரும் வரலாற்றுக்காலம் பற்றிய விளக்கமும் பகுப்பும் தொடர்ந்து வரும் தரவுகளை வரலாற்றுப் பின்னணியுடன் புரிந்து கொள்ளத் துணைபுரிகிறது.

அக்காலங்களில் வழங்கிய மொழி வரிவடிவங்கள் பற்றிய வரலாறு கச்சிதமாகத் தரப்பட்டுள்ளது.

இந்த அடித்தளங்கள் அமைக்கப்பட்ட பிறகுதான், இந்த நூல் தேனி மாவட்டத்தின் பக்கம் வருகிறது.

பாறை ஓவியங்கள், நினைவுச்சின்னங்கள், சங்க காலச்சுவடுகள், பிற்காலம் முதல் சமகாலம் வரையிலான செப்பேடுகள், கல்வெட்டுகள், ஓவியங்கள், ஓலைச்சுவடிகள்... என மாவட்டத்தின் தகவல்கள் சித்திரமாக எழுகிறது.

தேனி மாவட்ட புள்ளிமான் கோம்பை நடுகல் கல்வெட்டுகள் தொல்லியல் துறையின் முக்கிய மைல்கற்களில் ஒன்று. கிடைத்த தமிழ்ப்பிராமி கல்வெட்டுகளில் சமயத் தொடர்பற்ற ஒன்று, சங்க இலக்கியப் பண்பாட்டுக்குப் பாலம் அமைக்கும் தொல்குடிச் சான்று. தொல்லியல் பேரறிஞர் முனைவர் கா.இராஜனும் அவரது மாணவர்களும் கண்டுபிடித்தவை.

இந்தக் கல்வெட்டின் வாசிப்பில், கண்டுபிடிப்பாளரும் தொல்லியல் பேரறிஞருமான ஐராவதம் மகாதேவன் அவர்கள் வெளிப்படுத்திய கருத்துகளின் மேலாக, தோழர் உமரின் வாசிப்பு புதிய வெளிச்சத்தைப் பாய்ச்சுகிறது. அவரது நிலத்தின் புரிதல் சார்ந்து எழுந்த முடிவுகளும், அவரது தர்க்க ரீதியான வாசிப்பும் சிறந்த ஆய்வு முடிவுகளை நமக்குத் தருகிறது.

பொ.ஆ. 9ஆம் நூற்றாண்டை ஒட்டி மலையாள மொழி வந்து விட்டது. பிற்காலப் பாண்டியரின் ஆட்சிக்கு உட்பட்டிருந்தும், இந்நிலப்பரப்பும் கேரள பண்பாட்டுக் கலப்புக்கு ஆட்பட்டிருந்தது என்ற முடிவுக்கு ஒரு கல்வெட்டு நம்மை இட்டுச்செல்கிறது.

மேல்மங்கலம் வரதராச பெருமாள் கோவில் கல்வெட்டில் கற்கடக ஞாயிறு என்ற கொல்லம் ஆண்டின் மாதமான கற்கடகம் (ஆடி) இடம்பெறுகிறது. கொல்லம் ஆண்டு சூரியமான ஆண்டுக் கணக்கு

என்பதால் மாதத்தை தமிழர்களைப்போல் திங்கள் என்று குறிப்பிடாமல் ஞாயிறு என்று குறிப்பிடுகிறது. மாதப் பெயரும் அந்த மாதம் சூரியன் தங்கும் ராசியின் பெயரான கற்கடகத்தைப் (கடக ராசி) பெறுகிறது. எனவே, இந்த மண்ணின் அந்தக் காலகட்டத்தின் பண்பாட்டு வரலாறும், அரசியல் வரலாறும் ஆய்வுக்குரியதாகிறது.

வைணவரின் திருவிடையாட்ட நிவந்தத்தை சிவன்கோவில் பெற்றிருக்கிறதா என்ற கேள்வியும் சுவையானதே. ஒரு பாடல் (கவிதை) கல்வெட்டும் வெளிப்படுத்தப்பட்டுள்ளது.

மொத்தத்தில், உமர் பாரூக்கைத் தெரிந்தவர்கள், அவரைப் பற்றி கொண்டிருக்கும் எண்ணம்தான் எனக்கும்.

நாடிய எதையும் நன்றாய்
முடிப்பதில் முயற்சி மிக்கார்
முற்றிலும் விரும்பத்தக்கார்.

வாழ்த்துகளுடன்,
செந்தீ நடராசன்

அழ நாடு

தேனி மாவட்டத்தின் பழைய பெயர் அழ நாடு. இதனை, கல்வெட்டு மற்றும் செப்பேடு ஆதாரங்கள் உறுதி செய்கின்றன.

தேனி மாவட்டம், வீரபாண்டியில் முல்லைப் பெரியாற்றின் கரையில் அமைந்துள்ள கண்ணீசுவர முடையார் கோயிலில் உள்ள விக்கிரமப் பாண்டியனின் ஏழாம் ஆட்சியாண்டுக் கல்வெட்டு (பொ.ஆ.1188) கீழ்க்கண்டவாறு கூறுகிறது. "அள நாட்டு புலிநல்லூருடையார் கண்ணுடைய ஈசுவரமுடைய நாயனார்க்கு... தென்கல்லக நாட்டு உடையார் மூலத்தானமுடைய நாயனார் திருமடை விளாகத்தில் எடுத்த..."

இந்தக் கல்வெட்டில், தேனி மாவட்டத்தின் பெயர் 'அள நாடு' என்றும், வீரபாண்டியின் பழைய பெயர் 'புலிநல்லூர்' என்றும், உசிலம்பட்டி பகுதி 'தென்கல்லக நாடு' என்றும் குறிப்பிடப்பட்டுள்ளது. அதே கோயிலில் உள்ள சுந்தர பாண்டியனுடைய பதிமூன்றாவது ஆட்சியாண்டுக் கல்வெட்டு (பொ.ஆ.1228) "பாண்டி மண்டலத்து அழ நாட்டு புலிநல்லூர் கண்ணுடை ஈச்வரமுடைய நாயனார்" என்று கூறுகிறது. சின்னமனூர் பூலாநந்தீஸ்வரர் கோயிலிலுள்ள குலசேகர பாண்டியனின் மூன்றாம் ஆட்சியாண்டுக் கல்வெட்டில் (பொ.ஆ.1270) 'அள நாட்டு ஸ்ரீ அரிகேசரிநல்லூர்' என்று சின்னமனூர் குறிப்பிடப் பட்டுள்ளது. சில கல்வெட்டுகளில் 'அள நாடு' என்றும், இன்னும் சில கல்வெட்டுகளில் 'அழ நாடு' என்றும் குறிப்பிடப்பட்டுள்ளது.

அதேபோல, ஆனையூரில் உள்ள சோழன் தலைகொண்ட வீரபாண்டியனின் பொ.ஆ. 956ஆம் ஆண்டின் வட்டெழுத்து கல்வெட்டில், தேனி மாவட்டம் 'அழ நாடு' எனும் பெயரால் குறிப்பிடப்படுகிறது. சின்னமனூர் பெரிய செப்பேட்டிலும் (பாடல் வரி 167, 169) 'அழ நாடு' என்ற பெயர் இடம்பெற்றுள்ளது.

தமிழ்ப் பல்கலைக்கழகத்தின் கல்வெட்டியல் துறை பேராசிரியர் முனைவர் பா.ஜெயக்குமார் 'தேனி மாவட்டத்தின் பெயர் அள நாடா? அல்லது அழ நாடா?' என்பதற்கு விளக்கம் தருகிறார். அளம் என்றால் உப்பளம். அழம் என்றால் அழற்காய் எனும் மிளகு. தேனி மாவட்டத்துக்கும் உப்பளத்துக்கும் தொடர்பில்லை. எனவே, அளம் என்ற சொல் பொருந்தாது. தேனி மாவட்டம், மலை நாடு எனும் கேரளப்பகுதியை ஒட்டி இருப்பதால் மிளகினைக் குறிக்கும் அழம் எனும் பெயரே பொருத்தமானது. வீரபாண்டியனின் இன்னொரு கல்வெட்டில், அளற்று நாடு என்று குறிப்பிடப்படுவது இன்றைய முதுகுளத்தூர் பகுதி. எனவே, தேனி மாவட்டத்தின் பெயர் 'அழ நாடு' என்றுதான் இருந்திருக்க வேண்டும்.

அழ நாடு எனும் தேனி மாவட்டத்தின் அன்றைய எல்லைகளாக ஒருபுறம் மலை நாடு எனும் கேரளாவும், இன்னொருபுறம் தென்கல்லக நாடு எனும் உசிலம்பட்டி முதல் செக்கானூரணி வரை உள்ள பகுதியும் அமைந்திருந்தது. கேரள மலைப்பகுதிக்கும், ஆண்டிபட்டி கணவாய்க்கும் இடையிலான பகுதி அழ நாடு என்று அழைக்கப்பட்டிருக்கிறது.

கல்வெட்டுகளில் கிடைத்துள்ள சான்றுகளின்படி தேனி மாவட்டத்திலுள்ள சில ஊர்களின் பழமையான பெயர்கள்

சின்னமனூர்	– அரிகேசரி நல்லூர்
உத்தமபாளையம்	– காட்டூர்
பெரியகுளம்	– ஆலங்குளமான தேசியறிய எறிவீரப்பட்டினம்
வீரபாண்டி	– புல்லை நல்லூர், வீரபாண்டிய நல்லூர்
உப்பார்பட்டி	– ஆழ்வான் நங்கை சதுர்வேதிமங்கலம்
மேல்மங்கலம்	– பாண்டியச் சதுர்வேதிமங்கலம்
குள்ளப்புரம்	– ராஜ சூடாமணி சதுர்வேதிமங்கலம்

தொல்லியல் ஓர் அறிமுகம்

அழ நாடு எனும் தேனி மாவட்ட தொல்லியல் ஆய்வுகளைப் பற்றியும், வரலாற்றுச் சுவடுகளைப் பற்றியும் அறிந்துகொள்வதற்கு முன்பு, நாம் மூன்று விஷயங்களைத் தெரிந்துகொள்வது அவசியம். ஒன்று, தொல்லியல் ஆய்வுகளின் வகைகளைப் பற்றித் தெரிந்து கொள்வது. இரண்டாவது, காலத்தை அதன் பெயர்களால் வகைப்படுத்துவது குறித்துத் தெரிந்துகொள்வது. மூன்றாவது, தமிழ் எழுத்தின் மாற்றங்களைத் தெரிந்து கொள்வது.

இந்த மூன்றையும் சுருக்கமாக அறிந்துகொண்ட பிறகு, தேனி மாவட்டத்தின் வரலாற்று முக்கியத்துவம் வாய்ந்த இடங்கள் பற்றிப் பார்க்கலாம்.

முதலில் தொல்லியல் குறித்த அறிமுகம்...

நமக்கு முன்பு வாழ்ந்து, மறைந்த மனிதர்களின் வாழ்க்கையையும் அவர்களின் வரலாற்றையும், சான்றுகளின் வழியாக அறிந்துகொள்வதுதான் தொல்லியலின் அடிப்படை நோக்கமாகும்.

மனிதர்கள் பல லட்சம் ஆண்டுகளுக்கு முன்பே தோன்றினாலும், வேட்டைச் சமூகமாக, நிரந்தர இருப்பிடம் அமைத்துக்கொள்ளாமல் அலைந்து திரிந்த காலத்தில் தொடங்கி, நதிக்கரைகளில் ஊர்களை உருவாக்கிக்கொண்ட காலம், சிறிய குழுக்களாக வாழ்ந்த காலம், சிற்றரசுகள் உருவான காலம், பேரரசுகளின் கீழ் மக்கள் வாழ்ந்த காலம் வரை... மனிதர்கள் விட்டுச் சென்ற சுவடுகளைத் தேடிக் கண்டுபிடித்து, வரலாற்றை முழுமையடையச் செய்வது தொல்லியல் ஆய்வுகளின் சிறப்பானப் பணியாகும்.

தமிழ்நாட்டைப் பொறுத்த வரை பழந்தமிழ் இலக்கியங்கள் வழியாக சங்க காலத்தைப் (பொ.ஆ.மு. 3 முதல் பொ.ஆ. 3 வரை) பற்றிய மக்கள் வாழ்வினை அறிந்துகொள்ள முடியும். ஆனால், அவை இலக்கியங்கள் என்பதால் கற்பனைக் கதைகளாக இருக்கும் வாய்ப்புண்டு என்ற அடிப்படையில் பொருள் சார்ந்த புற ஆதாரங்களையும் இணைத்துக்கொண்டுதான் வரலாற்றை உறுதி செய்துகொள்ள முடியும்.

இலக்கியங்களை அடிப்படை ஆதாரங்களாகக் கொண்டு, ஆய்வுகள் மூலம் கிடைக்கின்ற பொருட்களின் வழியாக பழம்பெரும் வரலாற்றை நம்மால் மீட்க முடிகிறது என்பதுதான் தொல்லியல் ஆய்வுகளின் அவசியத்தை நமக்கு உணர்த்துகிறது.

தொல்லியல் ஆய்வுகளை நாம் புரிந்துகொள்வதற்காக சில பிரிவுகளாக வகைப்படுத்திக்கொள்ளலாம். இதன் ஒவ்வொரு தலைப்பைப் பற்றியும் முழுமையான புரிதலுக்கு பல ஆய்வு நூல்கள் வெளிவந்திருக்கின்றன. ஆனாலும், ஒவ்வொரு ஆய்வுப் பிரிவையும் சில வரிகளின் மூலம் நாம் விளங்கிக்கொள்ள முயல்வோம்.

தொல்லியலின் பிரிவுகள்

1. அகழ்வாராய்ச்சிகள்
2. நீரியல் அகழாய்வு
3. கல்வெட்டுகள்
4. சிற்பங்கள்
5. செப்பேடுகள்
6. ஓவியங்கள்
7. காசுகள்
8. ஓலைச்சுவடிகள்
9. வரலாற்றுச் சின்னங்கள்

1. அகழ்வாராய்ச்சிகள்

மண்ணில் புதைந்துபோயிருக்கும் பழங்கால மக்களின் எச்சங்களையும், வரலாற்றுச் சான்றுகளையும் நிலத்தை அகழ்ந்து செய்யும் ஆய்வுகளுக்கு அகழ்வாராய்ச்சிகள் என்று பெயர்.

ஒரு குறிப்பிட்ட பகுதியைத் தேர்வு செய்து, அப்பகுதியை படிப்படியாகத் தோண்டி, அங்கு கிடைக்கும் பொருட்களைச் சேகரித்து, பகுப்பாய்வு செய்து விவரங்களைக் கண்டுபிடிப்பது

நில அகழாய்வு

அகழ்வாராய்ச்சியின் வழிமுறையாகும். அகழ்வாராய்ச்சியில் கிடைக்கும் பொருட்களை கார்பன் டேட்டிங் உள்ளிட்ட பல்வேறு ஆய்வுகளுக்கு உட்படுத்தி, அவை எந்தக் காலத்தைச் சேர்ந்தவை என்பதைக் கண்டுபிடிப்பது மிக முக்கியமானதாகக் கருதப்படுகிறது.

பொதுவாக அகழ்வாராய்ச்சிகள், வாழ்விடப் பகுதி, ஈமச்சின்னங்கள் அமைந்த பகுதி என இரு வகை இடங்களில் மேற்கொள்ளப்படுகின்றன. வாழ்விடப் பகுதிகளில் மண்பானை, ஓடுகள், பழங்கால முத்திரைகள், எழுத்துகள் பொறிக்கப்பட்ட மண் பாண்டங்கள், மக்கள் பயன்படுத்திய அணிகலன்கள்... என பலவகையான பொருட்கள் கிடைக்கின்றன. ஈமச்சின்னங்கள் அமைந்த பகுதி ஆய்வுகள் மூலம் முதுமக்கள் தாழிகள், எலும்புத்துண்டுகள், பானை, ஓடுகள், வழிபாட்டுப் பொருட்கள் போன்ற பொருட்கள் கிடைக்கின்றன.

தமிழகத்தில் அகழாய்வுகளுக்கான உதாரணங்களாக சமீபத்தில் மிகவும் பரவலாக அறியப்பட்ட மதுரை கீழடியைக் குறிப்பிடலாம். இன்னும் கரூர், பூம்புகார், அழகன்குளம், மாங்குளம், மாங்குடி, கொடுமணல், கொற்கை, வசவசமுத்திரம் போன்ற சங்ககால ஊர்களிலும் அகழ்வாராய்ச்சிகள் நடத்தப்பட்டுள்ளன.

இதுவரை தேனி மாவட்டத்தில் அகழ்வாராய்ச்சிகள் எதுவும் செய்யப்படவில்லை.

2. நீரியல் அகழாய்வு

இது கடல் சார்ந்த ஆய்வு முறை. இதனை அகழ்வாய்வு என்றும், நீரியல் ஆய்வு என்றும் கூறுவார்கள். நிலத்தில் செய்யப்படும் ஆய்வுகளைப்போலவே, கடலில் செய்யப்படும் ஆய்வுகளும் மிக முக்கியமானவை. தமிழகத்தில், பூம்புகார் ஆய்வு கடலியல் ஆராய்ச்சியின் மிக முக்கியமான உதாரணம்.

நீரியல் அகழாய்வு

கடலில் மூழ்கிய ஊர்கள், மக்களின் வாழ்விடங்கள் போன்றவற்றை ஆய்வு செய்யும்போது, நிலத்தில் செய்யப்படும் அகழ்வாராய்ச்சிகளைப்போல பண்டைய மக்களின் சமூக, பண்பாட்டு வரலாற்றை அறிய உதவுகிறது.

தேனி மாவட்ட நிலவியல் அமைப்பின் அடிப்படையில் நீரியல் அகழாய்வுக்கான வாய்ப்பில்லை.

3. கல்வெட்டுகள்

முற்கால மக்கள் பல வகையான செய்திகளை கற்களில் பொறித்து வைத்திருந்தார்கள். உருவம் வரைவதில் துவங்கி, பல்வேறு செய்திகளை எழுத்துகளில் செதுக்கி வைத்திருப்பவை கல்வெட்டுகளாகும். மிகப் பழைய கல்வெட்டுகளில் தமிழின் ஆதி எழுத்து வடிவமான தமிழ்ப் பிராமி என அழைக்கப்படும் தமிழி வடிவத்திலும், தொடர்ந்து வட்டெழுத்து வடிவத்திலும் எழுத்துகள் எழுதி வைக்கப்பட்டுள்ளன. வடமொழியின் கலப்புக்குப் பிறகு, கிரந்த எழுத்துகளும் அப்போது இருந்த எழுத்து வடிவங்களோடு இணைத்துக்கொள்ளப்பட்டன.

தமிழகத்தில் கிடைத்த கல்வெட்டுகளில் தமிழி, வட்டெழுத்து, கிரந்த எழுத்து, நவீன தமிழ் எழுத்து போன்ற பல வடிவங்களில் எழுதப்பட்ட கல்வெட்டுகள் கிடைத்துள்ளன. தமிழகத்தின் ஒரு பகுதியில் தமிழி பயன்பாட்டில் இருந்தபோதே, இன்னொரு பகுதியில் வட்டெழுத்துகள் இருந்திருக்கின்றன. அதேபோல, ஒரு பகுதியில் வட்டெழுத்து புழக்கத்தில் இருந்தபோதே இன்னொரு

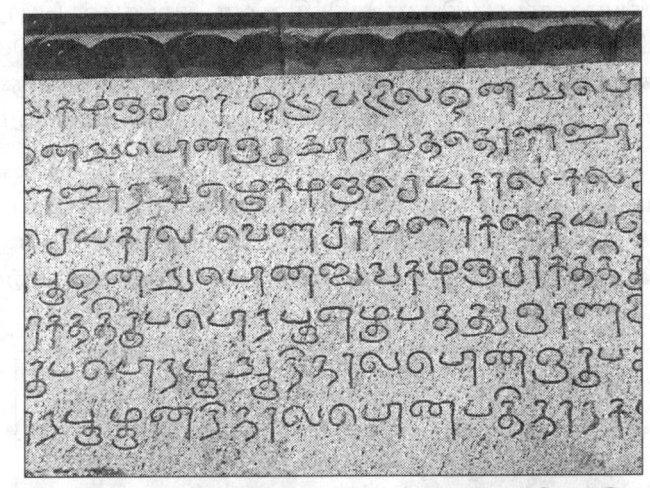

கல்வெட்டுகள்

பகுதியில் தற்காலத் தமிழ் புழக்கத்தில் இருந்திருக்கிறது. ஆக, அந்தந்தப் பகுதியின் தனித்தனியான வளர்ச்சிப் போக்கில் எழுத்துகள் மாறி வந்திருக்கின்றன.

தேனி மாவட்டத்தில், இதுவரை கிடைத்துள்ள கல்வெட்டுகளில் தமிழி, (புள்ளிமான் கோம்பை) வட்டெழுத்து (உத்தமபாளையம்), தற்காலத் தமிழ் (சின்னமனூர்), சில கல்வெட்டுகளில் கிரந்த எழுத்துகள்... என அனைத்து வகையான எழுத்துகளும் பயன் படுத்தப்பட்டதற்கான ஆதாரங்கள் கிடைத்துள்ளன.

கல்வெட்டுகளின் வகைகள்

போரில் இறந்த வீரர்களின் நினைவாக வைக்கப்படும் கல்வெட்டு 'வீரக்கல்' அல்லது 'நடுகல்' என அழைக்கப்படுகிறது. கணவன் இறந்த பின் தீயில் பாய்ந்து உயிர் நீக்கும் பெண்ணின் நினைவாக வைக்கப்படும் கல்வெட்டு 'சதிக்கல்' எனவும், அரசர் அல்லது பிறரின் கொடைகளைக் குறிப்பிடும் கல்வெட்டுகள் 'கொடைக் கல்வெட்டுகள்' எனவும் அழைக்கப்படுகின்றன. பிற்காலத்தில் இஸ்லாமியரின் நினைவிடங்களில் வைக்கப்பட்ட கல்வெட்டுகள் 'மீசான் கற்கள்' என்று அழைக்கப்படுகின்றன.

இப்படி, கல்வெட்டுகள் உருவாக்கப்படும் காரணங்களை வைத்து, ஆய்வு வசதிக்காக பல்வேறு பிரிவுகளாகப் பிரித்துக் கொள்ளப்படுகின்றன.

4. சிற்பங்கள்

முன்னோர்களின் வாழ்வியலை அறியும் ஆய்வுகளில் சிற்பங்கள் மிக முக்கியமானப் பங்கினை வகிக்கின்றன. சிற்பங்கள் பொதுவாக வழிபாட்டுத்தலங்களிலிருந்து அதிகளவில் பெறப்பட்டுள்ளன. அந்தக் கால மக்களின் வழிபாட்டு முறை, கடவுள்களின் உருவங்கள், வீரர்களின் உருவங்கள் என பல்வேறு தரவுகளை சிற்பங்கள் நமக்குத் தருகின்றன.

சிற்பங்களில் கற்சிற்பங்கள், மண்ணில் செய்யப்பட்ட சுதைச் சிற்பங்கள், மரச் சிற்பங்கள், உலோகச் சிற்பங்கள். தந்தச் சிற்பங்கள், சுடுமண் சிற்பங்கள் என பல வகையான சிற்பங்கள் காணப்படுகின்றன.

சிற்பங்கள்

தேனி மாவட்டத்தில், பழமையான சமணச் சிற்பங்கள், கோவில்களில் உள்ள சிலைகள் என பல்வேறு சிற்பங்கள் கிடைத்துள்ளன.

5. செப்பேடுகள்

செம்புத் தகடுகளில் எழுதப்பட்ட ஆவணங்கள் செப்பேடுகள் என அழைக்கப்படுகின்றன.

முற்காலத்தில் அரசர்கள், ஜமீன்தார்கள் தங்கள் முத்திரையுடன் எழுதிக் கொடுத்த ஆவணங்களில் செப்பேடுகள் முக்கியப் பங்கினை

செப்பேடுகள்

வகிக்கின்றன. கோவில்களுக்கான கொடைகள், தனி மனிதர்களிடம் அரசர்கள் அல்லது தலைவர்கள், ஜமீன்தார்கள் செய்துகொண்ட ஒப்பந்தங்கள், நிலம், வீடு போன்ற சொத்துகள் தொடர்பான ஆவணங்கள் என பலவகையான குறிப்புகள் செப்பேடுகளில் இருந்து கிடைத்துள்ளன.

தேனி மாவட்டத்தில், சின்னமனூர் லட்சுமி நாராயணப் பெருமாள் கோவிலில் இருந்து சில செப்பேடுகள் கிடைத்துள்ளன. இவை சின்னமனூர் செப்பேடுகள் என்று அழைப்படுகின்றன. அதே போல, உத்தமபாளையம் செப்பேடுகள், வீரபாண்டிச் செப்பேடுகள், பாலக்கோம்பை செப்பேடுகள் ஆகியவை இதுவரை கிடைத்துள்ள செப்பேடுகள் ஆகும்.

6. ஓவியங்கள்

பழங்கால மக்கள் அவரவர் வாழ்ந்த பகுதிகளில் பலவகையான ஓவியங்களை வரைந்து வைத்துள்ளனர். தொன்மையான பாறைகளிலும், குகைகளிலும் கிடைக்கின்ற ஓவியங்களை

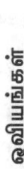

ஓவியங்கள்

பாறை ஓவியங்கள் என்று அழைக்கிறார்கள். இவை மிகவும் பழமையானவையாக இருக்கின்றன. குகைகளில் மனிதர்கள் வாழ்ந்த காலத்தில் வரையப்பட்ட ஓவியங்கள், பிற்காலத்தில் மலைகளில் அமைந்துள்ள வழிபாட்டுத் தலங்களில் வரையப்பட்ட பாறை ஓவியங்கள் காணக்கிடைக்கின்றன.

தமிழகத்தில் காணப்படும் பாறை ஓவியங்கள் பெரும்பாலும் சிவப்பு மற்றும் வெள்ளை வண்ணங்களிலேயே அமைந்துள்ளன. சில இடங்களில் கறுப்பு மற்றும் மஞ்சள் வண்ணங்கள் பயன்படுத்தப்பட்டுள்ளன. இதுவரை கண்டுபிடிக்கப்பட்டுள்ள பெரும்பாலான பாறை ஓவியங்களில் மாடுகள், மான்கள், குதிரைகள், குரங்குகள், யானைகள், சண்டைக் காட்சிகள், வேட்டைக் காட்சிகள், சடங்குகளின் நிகழ் காட்சிகள் மற்றும் சமூக நிகழ்வுகள் வரையப்பட்டுள்ளன. அதேபோல அதிகமான குறியீடுகளும், அடையாளங்களும் பாறை ஓவியங்களில் இடம்பெற்றுள்ளன. சில ஓவியங்களில் விலங்குகளின் உள்ளுறுப்புகளை எக்ஸ்ரே எடுத்ததுபோல வரைந்து வைத்துள்ளனர். அந்தக்கால மக்களின் விலங்கியல் சார்ந்த அறிவின் வெளிப்பாடாக இவ்வகை ஓவியங்கள் புரிந்துகொள்ளப்படுகின்றன. தமிழகத்தில் இவ்வகை எக்ஸ்ரே ஓவியங்கள் ஆலம்பாடி, செத்தவரை ஆகிய இடங்களில் கிடைத்துள்ளன.

ஓவியங்களில், 'சுவர் ஓவியங்கள்' இன்னொரு வகையாகும். இவை மிகவும் நுட்பமான வேலைப்பாடுகள் கொண்டவை. தமிழகத்தில் சங்ககாலத்திலேயே ஓவியக்கலை முழு வளர்ச்சி பெற்ற நிலையில் இருந்ததை சங்க இலக்கியங்கள் பதிவு செய்துள்ளன. இதுவரை கிடைத்துள்ள ஓவியங்களில் பல்லவர் கால ஓவியங்களே (பொ.ஆ. 8ஆம் நூற்றாண்டு) பழமையானவை. சோழர், பாண்டியர், நாயக்கர் மராத்தியர், கால ஓவியங்களும், சேதுபதி மன்னர்கள், பிற்கால ஜமீன்தார் ஓவியங்களும் காணக்கிடைக்கின்றன. சித்திர மண்டபங்கள், எழுத்து மண்டபங்கள், சித்திர மாடங்கள், சித்திரச் சாலைகள் என்ற பெயர்களில் அக்கால மக்கள் ஏராளமான ஓவியங்களை வரைந்து பராமரித்து வந்துள்ளனர்.

சுவர் ஓவியங்கள்

தேனி மாவட்டத்தில், பாறை ஓவியங்கள் எரசை, போடி, சோலையூர், பாலாறுபட்டி, மயிலாடும்பாறை, அருகவேலி (சித்திரக்கல் பொடவு), மூணாண்டிபட்டி, கொட்டோடைப்பட்டி ஆகிய பகுதிகளில் கண்டறியப்பட்டுள்ளன. சுவர் ஓவியங்களில் சித்திர மண்டபம் எனும் பகுதி போடிநாயக்கனூர் அரண்மனையில் அமைந்துள்ளது.

7. காசுகள்

சங்ககாலத்தில் இருந்தே தமிழ் மக்கள் பல்வேறு வகையான காசுகளைத் தயாரித்து பயன்படுத்தி இருக்கிறார்கள். காசு, பொன், கழஞ்சு, காணம் போன்ற பல பெயர்களில் காசுகள் அழைக்கப்பட்டிருக்கின்றன. காசுகளில் பொறிக்கப்பட்டுள்ள குறியீடுகள், ஓவியங்கள் போன்றவற்றையும், அவற்றிலுள்ள எழுத்துகளைக் கொண்டும் பல்வேறு விவரங்களைப் பெற முடிகின்றன.

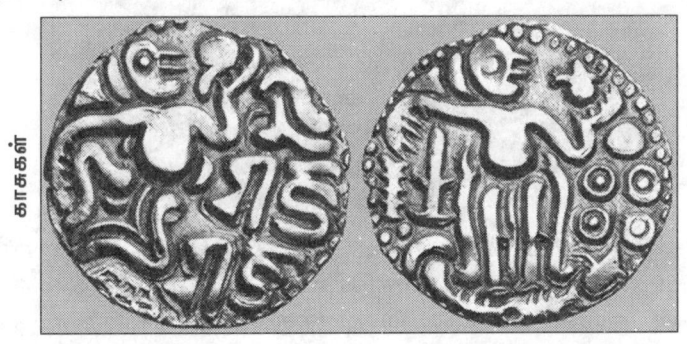

காசுகள்

சங்ககால மன்னர்களின் காசுகளில் துவங்கி, ஆங்கிலேயர் வெளியிட்ட காசுகள் வரை ஆய்வுகளின் மூலம் கிடைத்துள்ளன. மக்கள் சேமித்து வைத்த காசுகள் அகழ்வாராய்ச்சிகள் மூலமும், பழைய கோவில்களில் புதுப்பிப்பு பணிகளிலும், நிலத்தில் கிடைக்கும் புதையல்கள் மூலமும் பெரும்பாலும் கிடைத்துவருகின்றன. உலகம் எங்கும் தன்னார்வமாக பழைய நாணயங்களைச் சேகரிக்கும் நபர்கள் லட்சக்கணக்கில் இருக்கிறார்கள்.

சங்ககால காசுகள் சமமற்ற சதுர வடிவமாகவும், பின்னர் பயன்பாட்டில் இருந்தவை வட்ட வடிவ காசுகளாகவும் இருக்கின்றன. அளவில், எடையில், தயாரிப்பில் தனித்தன்மையுடன் அந்தந்த பகுதியின் சூழலுக்கேற்ப காசுகள் புழக்கத்தில் இருந்திருக்கின்றன.

தேனி மாவட்டத்தில், பொ.ஆ.மு. 300 முதல் பொ.ஆ. 200 வரையுள்ள காலத்தைச் சேர்ந்த பாண்டிய முத்திரைக் காசுகள்

போடிநாயக்கனூரில் இருந்து கிடைத்துள்ளன. இவை வெள்ளியால் செய்யப்பட்டவை. கம்பத்திலும் ரோமானிய நாணயங்கள் கிடைத்துள்ளன.

8. ஓலைச்சுவடிகள்

ஓலைச்சுவடிகள் அதிகபட்சம் 300 ஆண்டுகளே ஆயுள் கொண்டவை என்பதால் மிகப் பழைய ஓலைச்சுவடிகள் ஆய்வுகளில் கிடைப்பதில்லை. பல நூற்றாண்டுகளாக ஓலைச்சுவடிகள் புழக்கத்தில் இருந்தாலும் ஆய்வுகளில் கிடைத்திருப்பவை சமீப காலத்திய சுவடிகள்தான்.

ஓலைச்சுவடிகள்

சாதாரண வீட்டுக்கணக்கில் இருந்து, சொத்து ஆவணங்கள், இலக்கியங்கள், மருத்துவம், மாந்திரீகம் என பல்வேறு வகையான செய்திகள் ஓலைச்சுவடிகளில் இருந்து கிடைக்கின்றன. நவீன கண்டுபிடிப்புகளின் அடிப்படையில் ரசாயனப் பராமரிப்பில் உள்ள ஓலைச்சுவடிகளே நீண்ட காலம் இருக்கின்றன. மக்கள் பயன்பாட்டில் இருக்கும் பெரும்பாலான ஓலைச்சுவடிகள் சிதிலமடைந்து விடுகின்றன.

தேனி மாவட்டத்தில் பொ.ஆ.1854ஆம் ஆண்டைச் சேர்ந்த ஓலைச்சுவடிகள் கிடைத்துள்ளன. இவை விவசாய வரிவிதிப்பு ஆவணங்களாகவும், ‘கதிர்காம மாலை’ எனும் இலக்கியமாகவும் இருக்கின்றன.

9. வரலாற்றுச் சின்னங்கள்

தொல்லியல் பிரிவுகளில், இதுவரை நாம் பார்த்த எட்டு வகைகள் தவிர மீதி உள்ள பிற கண்டுபிடிப்புகளை வரலாற்றுச் சின்னங்கள் எனப் பொதுவாகப் பிரிக்கலாம். அரண்மனைகள்,

கோட்டைகள், நினைவிடங்கள், கல்லறைகள், ஈமச்சின்னங்கள், கோயில்கள், பிற தொன்மையான கட்டுமானங்கள் போன்றவை வரலாற்றுச் சின்னங்களாகும்.

வரலாற்றுச் சின்னங்கள்

தேனி மாவட்டத்தில், ஜம்புலிபுத்தூர் கதலி நரசிங்கப் பெருமாள் கோயில், மேல்மங்கலம் வரதராஜப் பெருமாள் கோயில், தேவாரம் அவிநாசியப்பர் கோவில், கம்பம் கம்பராயப் பெருமாள் கோயில், சின்னமனூர் சிவகாமியம்மன் கோயில், உப்பார்பட்டி திருநீலகண்டேஸ்வரர் கோயில், போடிநாயக்கனூர் காளியம்மன் கோயில் உள்ளிட்ட பல கோயில்கள் வரலாற்றுச் சின்னங்களாக உள்ளன. பத்தொன்பதாம் நூற்றாண்டைச் சேர்ந்த கிறிஸ்துவ தேவாலயங்கள் ராயப்பன்பட்டி, அனுமந்தன்பட்டி போன்ற ஊர்களிலும், பதினான்கு மற்றும் பதினேழாம் நூற்றாண்டைச் சேர்ந்த மசூதியும் நினைவிடமும் பெரியகுளத்திலும், தேனி மாவட்டத்தின் தொன்மையான மசூதி கம்பத்திலும் அமைந்துள்ளன.

கற்பதுக்கைகள், ஈமச்சின்னங்கள், இரும்பு உருக்குப் பகுதிகள், சுடுமண் குழாய்கள், குகைத் தளங்கள் உள்ளிட்ட ஏராளமான வரலாற்றுச் சின்னங்கள் துரைராஜபுரம், அணைக்கரைப்பட்டி, சின்ன ஓவுலாபுரம் போன்ற பல பகுதிகளில் காணப்படுகின்றன.

தேனி மாவட்டத்தில் நடைபெற்ற அரசு தொல்லியல் கண்டு பிடிப்புகளில் மிகக் குறைவான விவரங்களே பதிவு செய்யப்பட்டுள்ளன. தனி ஆய்வாளர்களாலும், பல்கலைக்கழகங்களாலும் நடத்தப்பட்ட தொடர் ஆய்வுகளில்தான் ஏராளமான விஷயங்கள் கண்டுபிடிக்கப்பட்டுள்ளன. நேரடியாக அரசின் தொல்லியல் துறை நடத்திய ஆய்வுகளைவிட தொல்லியல் கழகத்தைச் சேர்ந்த ஆய்வாளர்களின் தன்னார்வமான கண்டுபிடிப்புகளும், தமிழ்ப் பல்கலைக்கழகத்தின் ஆண்டிபட்டிப் பகுதி ஆய்வுகளுமே தேனி

மாவட்டத்தின் தொல்லியல் கண்டுபிடிப்புகளை வெளிக் கொண்டு வந்தன.

அடுத்தடுத்தப் பகுதிகளில், தேனி மாவட்டத்தில் கண்டறியப் பட்டுள்ள ஒவ்வொரு தொல்லியல் ஆவணத்தையும் தனித்தனியாகப் பார்க்கலாம்.

துணை நூல்கள்:

1. வைகை ஆற்றுப் பள்ளத்தாக்கில் தொல்லியல் (ஆவணம் 25), பா.பாலமுருகன், தொல்லியல் கழகம்– 2014
2. கல்வெட்டுக்கலை, பொ.இராசேந்திரன், சொ.சாந்தலிங்கம், முதல்பதிப்பு– 2017, நியூ செஞ்சுரி புக் ஹவுஸ்.
3. தொல்லியல் ஆய்வுகள், பேராசிரியர். கே.வி.ராமன், முதல் பதிப்பு– 2015, நியூ செஞ்சுரி புக் ஹவுஸ்.
4. தமிழர் கலையும் பண்பாடும், பேராசிரியர். அ.கா.பெருமாள், முதல் பதிப்பு– 2014, பாவை பப்ளிகேஷன்ஸ்.
5. நெல்லை மாவட்ட தொல்லியல் கையேடு, தே.கோபாலன், முதல் பதிப்பு– 1997, தொல்பொருள் ஆய்வுத்துறை.
6. வைகைக் கரை வரலாற்றுச் சுவடுகள், கம்பம் சோ.பஞ்சுராஜா, மணிமேகலை பிரசுரம்–2017.
7. தமிழகக் காசுகள், ஆறுமுக சீதாராமன், முதல் பதிப்பு– 2014, தனலட்சுமி பதிப்பகம்.
8. தமிழிணையம் தமிழர் தகவலாற்றுப்படை ஆய்வுத் தொகுப்பு, தமிழ் இணையக் கல்விக் கழகம்.

காலம் அறிதல்

பொதுவாக, தொல்லியல் சார்ந்த இடங்களைப் பார்க்கும்போதும், கல்வெட்டுகள் சிற்பங்கள், சமணர் படுக்கைகள், நதிக்கரை நாகரிகங்கள் போன்ற செய்திகளை வாசிக்கும்போதும் சில சொற்கள் பயன்படுத்தப்படுவதை நாம் கவனித்திருப்போம். அவை காலத்தைக் குறிப்பதற்கான சொற்கள்.

காலப் பகுப்பு குறித்து நாம் பார்ப்பதற்கு முன்பாக, ஒரு முக்கியமான சொல் பயன்பாட்டினை நாம் புரிந்துகொள்ள வேண்டும். பல ஆண்டுகளாக வருடங்களை நாம் குறிப்பிடும்போது கி.மு., கி,பி. என்ற குறியீட்டு எழுத்துகளைப் பயன்படுத்துவோம். இயேசு கிறிஸ்துவின் பிறப்பினை மையமாகக் கொண்டு இது குறிப்பிடப்படுகிறது என்று நாம் அனைவரும் அறிவோம். ஆனால், உலகம் முழுவதும் இப்போது இந்தக் குறியீட்டு எழுத்துகள் பயன்படுத்தப்படுவதில்லை. ஏனெனில், இது ஒரு மதம் சார்ந்த விஷயமாகக் கருதப்படுகிறது. இப்போது 'கிறிஸ்துப் பிறப்பு' என்பதை 'பொது ஆண்டு' (பொ.ஆ.) என்றுதான் குறிக்கப்படுகிறது. கி.மு. என்பதற்குப் பதிலாக 'பொது ஆண்டுக்கு முன்பு' (பொ.ஆ.மு.) என்று குறிப்பிடப்படுகிறது. எனவே, இந்நூல் முழுவதும் நாமும் கி.பி. என்பதை பொ.ஆ. என்றும், கி.மு. என்பதை பொ.ஆ.மு. என்றும் குறிப்பிடலாம்.

வரலாறுத் தொடர்பான தேடுதலுக்கான அடிப்படைக் காலத்தைப் பிரித்து அறிந்துகொள்வதாகும். அகழ்வாராய்ச்சிகளில் கண்டுபிடிக்கப்படும் பொருட்கள் குறித்து நாம் தெரிந்துகொள்ளும்போது முதுமக்கள் தாழி, மண்பானை ஓடுகள் போன்ற பொருட்களை

இவை 'தொல்பழங்காலத்தைச் சேர்ந்தவை' என்றோ, 'புதிய கற்காலத்தைச் சேர்ந்தவை' என்றோ சொல்லக் கேட்டிருப்போம். இந்தச் செய்திகளை நாம் முழுமையாக உள்வாங்குவதற்கு தொல்பழங்காலம், புதிய கற்காலம் என்றால் என்ன என்பதை அறிந்திருக்க வேண்டும். காலம் பற்றிய அடிப்படை அறிவு நமக்கு இல்லாமல் போகும்போது, தொன்மையான பொருட்களின், செய்திகளின் முக்கியத்துவம் புரியாமல் போய்விடும்.

பொதுவாக, நமக்கு முன் உள்ள முன்னோர்களின் காலத்தை இரண்டாகப் பிரித்துப் புரிந்துகொள்ளலாம்.

ஒன்று, வரலாற்றுக் காலம். மனிதர்களுக்கு எழுத்தறிவு உருவாகி, அக்காலச் செய்திகளை எதிலாவது எழுதத் துவங்கியது முதல் இப்போது வரை உள்ள காலத்தை வரலாற்றுக் காலம் என்று அழைப்பார்கள்.

இரண்டு, வரலாற்றுக்கு முந்திய காலம் அல்லது தொல்பழங்காலம். மனிதர்கள் எழுத்தறிவு பெறுவதற்கு முந்திய காலத்தை தொல்பழங்காலம் என்று குறிப்பிடுவார்கள்.

வரலாற்றுக் காலத்தை, நமக்குக் கிடைத்திருக்கும் ஆதாரங் களைக் கொண்டு அரசர்களின் பெயர்களிலோ, குடும்பங்களின் பெயர்களிலோ, அந்நியப் படையெடுப்புகளின் பெயர்களிலோ வெவ்வேறாகப் பிரித்து வைத்திருக்கிறார்கள். இந்த வரலாற்றுக் காலத்தைப் பற்றித்தான் நம்முடைய பெரும்பாலான பள்ளிப் பாடநூல்கள் விரிவாகப் பேசுகின்றன.

தொல்பழங்காலத்தை ஆய்வாளர்கள் நான்கு பிரிவுகளாகப் பிரித்துப் புரிந்துகொள்கிறார்கள். இந்தப் பிரிவுகளுக்கான காலத்தை நிர்ணயிப்பதில் ஆய்வாளர்களுக்கு இடையில் வெவ்வேறு கருத்துகள் உள்ளன. நாம் பொதுவான காலப் பிரிவினையின் அடிப்படையில் பார்க்கலாம்.

1. பழைய கற்காலம் (Paleolithic Age)
2. இடை கற்காலம் (Mesolithic / Middle Stone Age)
3. புதிய கற்காலம் (Neolithic Age)
4. உலோக காலம் (Metal Age)

பழைய கற்காலம்

பழைய கற்காலம் என்பது பொ.ஆ.மு. 10,000 ஆண்டுகளுக்கு முற்பட்டது. மனிதர்கள் வேட்டையாடி, உணவைச் சேகரித்த காலமாக

இது இருந்திருக்கிறது. விலங்குகளை வேட்டையாடுவதற்காக கற்களால் ஆன ஆயுதங்களை பழங்கற்கால மக்கள் பயன்படுத்தி இருக்கிறார்கள்.

தமிழகத்தில் பழைய கற்காலக் கருவிகள் சென்னை அத்திரம்பாக்கம், பல்லாவரம், காஞ்சிபுரம், வேலூர், திருவள்ளூர், வடமதுரை போன்ற பகுதிகளில் கிடைத்துள்ளன.

இடை கற்காலம்

பொ.ஆ.மு. 10,000 ஆண்டுகளில் இருந்து பொ.ஆ.மு.. 6,000 ஆண்டுகளுக்கு இடைப்பட்டக் காலத்தை இடைக் கற்காலம் என்று அழைக்கிறோம். இக்கால மக்கள் ஆயுதங்களில் மிகச் சிறிய நுண் கல் ஆயுதங்களும் கிடைத்துள்ளன. பழைய கற்கால மக்கள் பெரிய கற்களால் ஆன ஆயுதங்களைப் பயன்படுத்தினர். இடை கற்கால மக்கள் மிக நுட்பமான, கூர்மையான ஆயுதங்களைத் தயார் செய்துள்ளனர். வேட்டையே முக்கியமான தொழிலாக இருந்தாலும், சிறிய விலங்குகளை வேட்டையாடுவதும், மீன் பிடித்தலும் இக்கால மக்களிடம் கூடுதலாக இருந்துள்ளன. வளர்ப்புப் பிராணிகள் மக்களோடு இருந்ததும், முந்தைய கால மக்களைவிட ஒரே இடத்தில் கூடுதல் நாட்கள் தங்கிச் சென்ற ஆதாரங்களும் கிடைத்துள்ளன. இடை கற்கால மக்கள் பாறைகளில், குகைகளில் ஓவியங்களை வரைந்துள்ளனர்.

புதிய கற்காலம்

பொ.ஆ.மு. 6000 முதல் பொ.ஆ.மு. 4000 ஆண்டுகள் வரையுள்ள காலத்தை புதிய கற்காலம் என்று அழைக்கிறோம். புதிய கற்கால மக்கள் ஓரிடத்தில் தங்கி வாழ்ந்துள்ளதையும், கால்நடை வளர்ப்பு, வேளாண்மை ஆகிய வேலைகளைத் தொடர்ந்து செய்து வந்தார்கள் என்பதையும் ஆய்வாளர்கள் உறுதி செய்கின்றனர். ஊர்கள், கிராமங்கள் உருவாகி, மண்பாண்டங்கள், வீட்டுக்குத் தேவையான பொருட்கள் செய்வது என்று தொழில்நுட்ப வளர்ச்சி வேகமாக உருவான காலம் இது. வேளாண்மையில் கோதுமை, திணை, நெல், பார்லி போன்ற உணவுப் பொருட்கள் பயிரிடப்பட்டன.

தமிழகத்தில் பையம்பள்ளி ஆய்வுகளிலும், திருநெல்வேலி, சேலம், புதுக்கோட்டை, திருச்சி தான்றிக்குடி போன்ற பகுதிகளிலும் புதிய கற்காலச் சான்றுகள் கிடைத்துள்ளன.

உலோக காலம்

புதிய கற்காலத்தைத் தொடர்ந்து உள்ள காலத்தை உலோக காலம் என்று அழைக்கிறோம். கல் ஆயுதங்களின் பயன்பாடு படிப்படியாக மறைந்து செம்பு, இரும்பு போன்ற உலோகங்கள் கண்டுபிடிக்கப்பட்டக் காலமாக இது விளங்குவதால் இதற்கு உலோக காலம் என்று பெயரிடப்பட்டிருக்கிறது. பொ.ஆ.மு. 2000 ஆண்டுகளில் உலோகப் பயன்பாடு படிப்படியாகப் பரவியது. நதிக்கரையோரங்களில் வாழ்ந்த மக்கள்தான் உலோகத் தாதுக்களைக் கண்டுபிடித்து, பயன்பாட்டுக்குக் கொண்டுவந்தனர். உலோகப் பயன்பாட்டில் நதிக்கரை நாகரிகங்கள் அடிப்படையானவை.

உலோக காலத்தின் துவக்கத்தில் செம்பு, பின்பு இரும்புப் பயன்பாடுகள் இருந்து வந்தன.

தமிழக வரலாற்று ஆய்வாளர்கள் இரும்புக்காலத்தை பெருங்கற்காலம் என்று குறிப்பிடுகிறார்கள். பொ.ஆ.மு. 1000 முதல் பொ.ஆ.200 வரையுள்ள காலம் பெருங்கற்காலம் என்று அழைக்கப்படுகிறது. பெரிய பாறைகளைக் கொண்டு அமைப்புகளை உருவாக்கியக் காலத்தை பெருங்கற்காலம் என்று குறிப்பிடுகிறார்கள். இறந்தவர்களின் ஈமச்சின்னங்களாகப் பெரிய கற்களால் ஆன அமைப்புகளை இந்த மக்கள் உருவாக்கினார்கள். பெருங்கற்காலத்தில் தமிழகப் பகுதிகளில் கல்லினால் செய்த ஆயுதங்கள் பயன்படுத்தப்படவில்லை.

தமிழகத்தில் ஆதிச்சநல்லூர் அகழாய்வு பெருங்கற்கால ஆய்வுகளில் குறிப்பிடத்தக்கதாகும்.

ஈமச்சின்ன கற்கள்

இறந்தவர்களைப் புதைத்த இடங்களில் கற்களால் ஆன நினைவுச் சின்னங்களை தொல்பழங்கால மக்கள் உருவாக்கினர். அவற்றின் பெயர்களையும் நாம் தெரிந்துகொள்வோம்.

கற்பதுக்கை

கற்பதுக்கை (Cist): மண்ணில் குழி தோண்டி அதற்குள் கற்களைக் கொண்டு உருவாக்கப்படும் பெட்டி போன்ற அமைப்பு. தற்கால சவப்பெட்டிகளை கற்களால் உருவாக்கினால் எப்படி இருக்குமோ, அதே போன்ற அமைப்பை கற்பதுக்கை என்று குறிப்பிடுகிறார்கள்.

கல்திட்டை

கல்திட்டை (Dolmen): மண்ணின் மேற்பகுதியில் தூண் போன்ற அமைப்புள்ள கற்களைக் கொண்டு, அதன் மேல் கல்பலகையை வைத்து சிறு பந்தல்போல அமைப்பது கல்திட்டை எனக் குறிப்பிடப்படுகிறது. இவை கற்கிடை என்றும் அழைக்கப்படுகிறது.

கற்குவை

கற்குவை (Cairn): புதைக்கப்பட்ட இடத்தை அடையாளப் படுத்துவதற்காக சிறு கற்களைக் குவியலாகக் கூட்டி வைப்பது கற்குவை என்று அழைக்கப்படுகிறது.

கல்வட்டங்கள்

கல்வட்டங்கள் (Cairn Circle): இது பரல் உயர் பதுக்கை என்றும் குறிப்பிடப்படுகிறது. சிறிய, பெரிய கற்களைக் கொண்டு வட்ட/நீள் வட்ட வடிவமாக அமைப்பது கல் வட்டம் என்று அழைக்கப்படுகிறது.

மேலும் தொப்பி போன்ற வடிவத்தில் அமைக்கப்படும் சின்னங்களை தொப்பிக்கல் (Hood stone) என்றும், குடை போன்ற வடிவத்தில் உருவாக்கப்படும் சின்னங்களை குடைக்கல் (Umbrella stone) என்றும் குறிப்பிடுகின்றனர்.

நடுகல்: இறந்தவர்களின் நினைவாக வைக்கப்படும் கல் நடுகல் என அழைக்கப்படுகிறது. போரில் மரணம் அடைந்த வீரர்களுக்கு வைக்கப்படும் நடுகல்லை வீரக்கல் என்றும், கணவன் இறந்ததற்காக மனைவி உடன்கட்டை ஏறி இறப்பதற்கு வைக்கப்படும் நடுகல்லை சதிக்கல் என்றும் அழைக்கிறார்கள்.

தொல்லியல் ஆய்வுகள் குறித்து ஒரு அடிப்படைப் புரிதல் ஏற்படுவதற்கு இவை போதுமானவை. தொடர்ந்து, தமிழின் எழுத்து மாற்றங்களைப் பார்த்துவிட்டு, தேனி மாவட்ட தொல்லியல் சுவடுகளை, கால அடிப்படையில் மூன்று பகுதிகளாக வகைப்படுத்திக் கொண்டு பார்க்கலாம். வரலாற்றுக்கு முந்திய காலத்தினை பழங்காலச் சுவடுகள் என்றும், எழுத்தறிவு பெற்ற சங்க காலத்தினை சங்ககாலச் சுவடுகள் என்றும், அதற்குப் பிறகான காலத்தை பிற்காலச் சுவடுகள் என்றும் பிரித்துக்கொண்டு தொல்லியல் சுவடுகளை அறிந்துகொள்ளலாம்... வாருங்கள்..!

துணை நூல்கள்:

1. புதையுண்ட தமிழகம் (தொடர் கட்டுரைகள்),
   ச.செல்வராஜ், தினமணி– 2016

2. மூவாயிரம் ஆண்டுகளுக்கு முற்பட்ட இந்தியா, ஜான் வில்சன்,
   முதல் பதிப்பு– 2016, பெரியார் மணியம்மை பல்கலைக்கழகம்.

3. வரலாற்றுக்கு முந்திய இந்தியா (கட்டுரை),
   வைரத்தமிழ் இணையம்.

4. வரலாற்றுக்கு முற்பட்ட காலம் (கட்டுரைக் குறிப்புகள்),
   அ.பாசில்– 2017, அப்துல்கலாம் கல்வி மையம்.

5. பெருங்கற்காலம் (கட்டுரை), மயூரநாதன்,
   முதல் பதிப்பு– 2010, தமிழ் விக்கிமீடியா தளம்.

தமிழின் எழுத்து மாற்றங்கள்

தொல்லியல் கண்டுபிடிப்புகளில் மிக முக்கியத்துவம் வாய்ந்தவை கல்வெட்டுகள். இந்தக் கல்வெட்டுகளிலும், செப்பேடுகள், நடுகற்கள், எழுத்துப் பொறிப்புள்ள பானை ஓடுகள், காசுகள் ஆகியவற்றிலும் உள்ள செய்திகளை வாசித்து அறிய தமிழ் தொல் எழுத்துகளின் அறிமுகம் அவசியமானது.

ஆதிகால மனிதர்கள் தங்களுக்குள் செய்திகளைப் பரிமாறிக்கொள்ள சைகை மொழியில் துவங்கி, பேச்சு மொழிக்கு வந்து சேர்ந்தனர். வரலாற்றுக்கு முந்திய காலமாகக் கணிக்கப்பட்டும் லட்சக்கணக்கான ஆண்டுகள் மனிதன், பேச்சு மொழியைக் கொண்டே வாழ்ந்துவந்தான். மொழி என்பது பேசும் ஒலியைத்தான் குறிக்கும். மிகப் பிற்காலத்தில் குறியீட்டு மொழியின் வழியாக எழுத்து பிறந்தது. இவற்றைச் சித்திர எழுத்துகள் என்றும் குறிப்பிடுவார்கள். குருவி என்று எழுதுவதற்காக, எழுத்துகள் பிறக்காத காலத்தில் குருவியின் உருவத்தை வரைந்து புரியவைப்பது.

குறியீட்டு எழுத்துகள் உலகம் முழுவதும் பல்வேறு காலங்களில் பயன்பாட்டில் இருந்து வந்துள்ளன. இந்தியாவில் இதனை கீறல் என்றும் அழைப்பதுண்டு. கீழடி அகழாய்விலும், சிந்துச் சமவெளி அகழாய்விலும் கிடைக்கப்பட்ட கீறல் குறியீடுகள், இன்றளவும் ஆய்வு செய்யப்பட்டுக்கொண்டிருக்கின்றன. ஆழமான ஆய்வுகளுக்காக உலக மொழியியல் வல்லுநர்கள் உருவெழுத்து, கருத்தெழுத்து, சொற்குறியீட்டு எழுத்து, ஒலி எழுத்து என வகைப்படுத்தி வைத்துள்ளனர்.

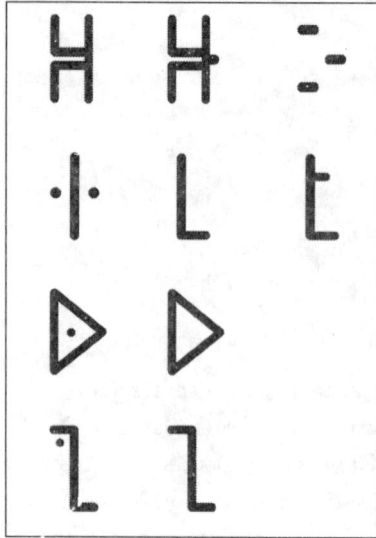

சரி... மறுபடியும் மொழிக்கே வருவோம். நாம் பேசும் மொழி தமிழ். இந்த மொழியை எழுதுவதற்காக நாம் பயன்படுத்துவது எழுத்துகளை. மொழியையும், எழுத்துகளையும் பிரித்துப் புரிந்து கொள்வது அவசியம். அம்மா என்ற சொல்லை வாயால் சொல்வது தமிழ் மொழியில் பேசுவது. அதே சொல்லை எழுத்துகள் மூலம் எழுதவும் முடியும். எந்த எழுத்துகளின் மூலம் எழுதலாம்? ஆங்கிலத்தில் கூட தமிழ் மொழியை எழுதலாம். AMMA என்று எழுதுவதில் உள்ள மொழி தமிழ்; எழுத்து ஆங்கிலம். இதையே வெவ்வேறு எழுத்துகளிலும் எழுத முடியும். எழுத்துகளை வாசிக்கும்போது எழும் ஒலிதான் மொழி. அதை எழுதுவதற்குப் பயன்படுபவையே எழுத்து. மொழியும் எழுத்தும் ஒன்றாக இருக்கவேண்டும் என்ற அவசியம் இல்லை.

உதாரணமாக, இப்போது இந்தி பேசப்படுகிறது. அதே இந்தி, எழுதப்படுவதற்கு சொந்த எழுத்து முறை அம்மொழிக்கு இல்லை. எனவே, தேவநாகரி என்ற எழுத்துகளைப் பயன்படுத்தி இந்தி எழுதப்படுகிறது. அதே தேவநாகரி எழுத்துகளைப் பயன்படுத்தி மராத்தி மொழியும் எழுதப்படுகிறது. இந்த இரண்டு மொழியையும் வாசித்தால் நமக்கு எது இந்தி, எது மராத்தி என்ற குழப்பம் வந்துவிடும். வாசித்து எழும் ஒலியை வைத்துத்தான் மொழியை உறுதி செய்யும் முடியும்.

அதேபோல, மலேசிய நாட்டின் மொழியான மலாயா ஒரு பேச்சு மொழி. அதனை எழுதுவதற்குச் சொந்த எழுத்துகள் இல்லை. எனவே, ஆங்கிலத்தைப் பயன்படுத்தி மலாய் மொழியை எழுதுவார்கள். இதுதான் மொழிக்கும் எழுத்துக்குமான வேறுபாடு.

தமிழுக்கு மொழியும், எழுத்துகளும் உள்ளன. வரலாற்றுக்கு முந்திய காலத்திலேயே தமிழ் மொழி உருவாகிவிட்டது. தமிழ் எழுத்துகள் பொ.ஆ.மு. ஐந்தாம் நூற்றாண்டில் இருந்தே கிடைக்கத் துவங்கின. தமிழ் எழுத்துகள் அப்போது எப்படி இருந்தன என்பதையும், இப்போதுள்ள தமிழ் எழுத்துகள் எப்போது வந்தன? என்பதையும் அறிந்துகொள்வதே அடிப்படையானது.

பொ.ஆ.மு. முதலாம் நூற்றாண்டில் எழுதப்பட்ட "சமயவங்க சுத்த" எனும் சமண நூல், அக்காலத்தில் புழக்கத்தில் இருந்த எழுத்து முறைகளைப் பட்டியலிடுகிறது. அதன்படி பதினெட்டு விதமான எழுத்துகள் இந்தியாவில் பயன்பாட்டில் இருந்திருக்கின்றன என்பதை அறிய முடிகிறது. அந்தப் பட்டியலில் பதினேழாவதாக இடம்பெற்றிருந்த எழுத்தின் பெயர் தமிழி. இதுதான் தமிழ் எழுத்துகளின் ஆதி எழுத்து முறை. இதனை தமிழ் பிராமி என்றும் குறிப்பிடுவார்கள். பொ.ஆ.மு. மூன்றாம் நூற்றாண்டைச் சேர்ந்த அசோகனின் தூண் கல்வெட்டுகள் அனைத்தும் பிராமி எனும் எழுத்து வடிவத்தில் எழுதப்பட்டிருந்தன. தமிழி எனும் பழந்தமிழ் எழுத்து முறை இந்த பிராமி எழுத்துகளை ஒத்ததாக இருந்ததால், வட இந்தியாவில் இருந்து தமிழ் எழுத்து முறை தமிழ்நாட்டுக்கு வந்திருக்கும் என்ற அடிப்படையில் தமிழ் பிராமி என்று அழைத்து வந்தனர்.

நேர் கோடுகளாலும், பக்கக் கோடுகளாலும் பெரும்பாலான எழுத்துகளைக் கொண்ட நம் தமிழி எழுத்துகளைப் பற்றி ஆய்வாளர் நடன காசினாதன் கூறும்போது அவை பொ.ஆ.மு. ஐந்தாம் நூற்றாண்டிலேயே பயன்பாட்டில் இருந்தன என்று குறிப்பிடுகிறார். தமிழ்நாட்டின் பல கல்வெட்டுகளும், இலங்கை அனுராதபுரத்தில் கிடைத்த தமிழ் கல்வெட்டிலும் பொ.ஆ.மு. ஐந்தாம் நூற்றாண்டிலேயே கிடைத்திருப்பதை உறுதி செய்துள்ளார்.

அதேபோல, பேரா.கா.ராஜன் அவர்களும் வேதியியல் பகுப்பாய்வு செய்து கணிக்க முடியும் என்றும், தமிழியின் துவக்க காலம் என்பதை பொ.ஆ.மு. 490 என்றும் குறிப்பிடுகிறார். எனவே, தமிழி எனும் எழுத்துகள் உருவான காலம் என்பது மன்னன் அசோகன் காலத்துக்கும் முந்தியது என்பதால், தமிழ் பிராமி என்று அழைப்பது பொருந்தாது. முனைவர் கே.வி.ரமேஷ் தமிழி கல்வெட்டுகள், அசோகரின் காலத்துக்கும் முந்தியவை என்பதையும், வடநாட்டின் பிராமி எழுத்துகள் தமிழ்நாட்டில் இருந்து பட்டிப்பரோலு, வங்காளம், கிழக்கு உத்தரப்பிரதேசம், இராஜஸ்தான் வழியாக அசோக மன்னனின் எல்லைக்குட்பட்ட பகுதிக்குச் சென்றிருக்கிறது என்பதையும் உறுதி செய்கிறார்.

சமீபத்தில் நடந்த கீழடி அகழாய்வில் கிடைத்த எழுத்துப் பொறிப்புள்ள மண்ஓடுகளின் காலம் பொ.ஆ.மு. ஆறாம் நூற்றாண்டு என்பதை உறுதி செய்துள்ளதைக் கொண்டு, தமிழிதான் தமிழின் தொல் எழுத்து வடிவம் என்பதையும், அவை

பிராமியின் காலத்துக்கு முந்தையது என்பதையும் உறுதி செய்து கொள்ளலாம். நமது சங்க இலக்கியங்கள் அனைத்துமே தமிழியில் எழுதப்பட்டவைகளாகவே இருக்க முடியும்.

தமிழ் மொழியை எழுதப் பயன்பட்ட எழுத்து வடிவம் தமிழி. இது பொ.ஆ.மு. ஐந்தாம் நூற்றாண்டில் இருந்து பொ.ஆ. ஐந்தாம் நூற்றாண்டு வரை பயன்படுத்தப்பட்டுள்ளது. பொ.ஆ. ஐந்தாம் நூற்றாண்டுக்குப் பிறகு தமிழி எழுத்துகள் எழுதப்படும் முறையில் சில மாற்றங்கள் வரத் துவங்கின. அப்படி மாறிய எழுத்துகளை வட்டெழுத்து என்று அழைக்கிறோம். தமிழியின் அடிப்படை மாறாமல், அதே நேரம் கோடுகள் வளைந்து புதிய எழுத்துகள் உருவாயின. தமிழகத்தின் ஒரு பகுதியில் தமிழி பயன்படுத்தப்பட்ட காலத்திலேயே, இன்னொருபுறம் வட்டெழுத்துகளும் பயன்படுத்தப்பட்டன. பொ.ஆ. ஏழாம் நூற்றாண்டிற்குப் பிறகு வட்டெழுத்துகளே முழுமையாக புழக்கத்தில் இருந்திருக்கிறது. பொ.ஆ. ஐந்தாம் நூற்றாண்டில் இருந்து பொ.ஆ. பத்தாம் நூற்றாண்டு வரை தமிழகத்தில் வட்டெழுத்து பயன்படுத்தப்பட்டு வந்துள்ளது. பொ.ஆ. பதினாறாம் நூற்றாண்டு வரைக்கும் கேரளப் பகுதியில் மலையாள மொழியை எழுதுவதற்கு வட்டெழுத்துகள் பயன்படுத்தப்பட்டுள்ளன. சில கல்வெட்டுகளில் தமிழி எழுத்துகளும், வட்டெழுத்துகளும் கலந்தே எழுதப்பட்டுள்ளன.

தமிழியில் இருந்து வட்டெழுத்து உருவானதைப்போலவே, தமிழியில் இருந்து தற்கால தமிழ் எழுத்துகளும் உருவாயின. ஒருபகுதியில் வட்டெழுத்து புழக்கத்தில் இருந்தபோதே, இன்னொரு பகுதியில் தமிழ் எழுத்துகள் உருவாகிவிட்டன. தற்காலத் தமிழின் முதல் வரலாற்று ஆவணம் பொ.ஆ. ஆறாம் நூற்றாண்டைச் சேர்ந்தது. பொ.ஆ. 550 ஆம் ஆண்டின் பல்லவ மன்னன் சிம்மவர்மனின் பள்ளன்கோயில் செப்பேடே தற்காலத் தமிழின் முதல் ஆதாரமாக அமைந்துள்ளது. இதிலிருந்து நாம் இன்னொரு உண்மையைப் புரிந்துகொள்ள முடியும். தமிழி எழுத்து வடிவத்தில் இருந்து, வட்டெழுத்தும் தற்காலத் தமிழும் கிட்டத்தட்ட ஒரே காலத்தில் உருவாகியுள்ளன.

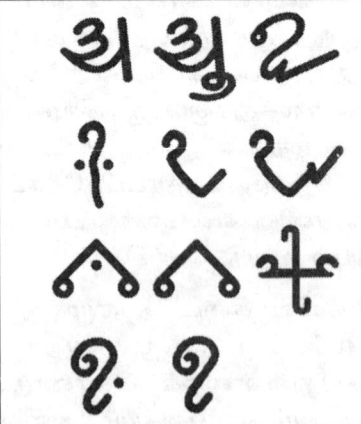

இவ்வாறு தமிழி, வட்டெழுத்து, தற்காலத் தமிழ் என்ற மூன்று வடிவங்களில் தமிழ் மொழி எழுதப்பட்டுள்ளது.

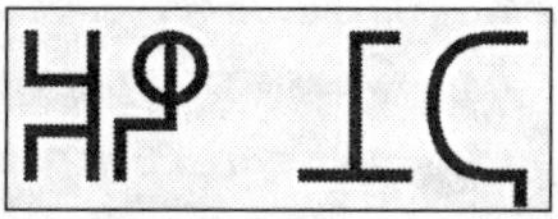

இவை தவிர, கிரந்தம் என்ற ஒரு எழுத்து வடிவமும் இங்கு பயன்படுத்தப்பட்டுள்ளது. வடமொழிக் கலப்பு தமிழகத்தில் ஏற்பட்ட காலத்தில், வடமொழிச் சொற்களை தமிழ் எழுத்துகளை மட்டும் பயன்படுத்தி எழுத இயலவில்லை. முழுமையான உச்சரிப்புக்கு புதிய எழுத்துகள் தேவைப்பட்டன. அதற்காக உருவாக்கப்பட்ட எழுத்துகள்தான் கிரந்த எழுத்துகள். உதாரணமாக, ஸ், ஷ், ஸ்ரீ போன்ற எழுத்துகள். சங்க காலத்திலேயே வடமொழிச் சொற்கள் தமிழில் பயன்படுத்தப்பட்டுள்ளன. அவற்றை எழுத தமிழி எழுத்துகளோடு, ஒலிக்குறிப்புகள் பயன்படுத்தப்பட்டிருக்கின்றன என்பதை கொடுமணல் அகழாய்வில் கிடைத்த பானை ஓட்டுப் பொறிப்புகள் உறுதி செய்கின்றன. கிரந்த எழுத்துகளின் முறையான வரலாற்று ஆவணமாக பொ.ஆ. 550ஆம் ஆண்டே உறுதிசெய்யப்படுகிறது. தமிழி எழுத்துகள் பயன்பாட்டில் இருந்த காலத்திலேயே கிரந்த எழுத்துகளைப் பயன்படுத்துவதும் இருந்து வந்திருக்கிறது.

தமிழி, வட்டெழுத்து, தமிழ் என மூன்று எழுத்து முறைகள் வளர்ச்சி பெற்ற காலத்திலும், கிரந்த எழுத்துகள் அவற்றின் ஊடே பயன்படுத்தப்பட்டு வந்திருக்கின்றன. 1994ல் தமிழ்ப் பல்கலைக்கழகத்தின் கல்வெட்டியல் ஆய்வாளராக இருந்த ரா.கோவிந்தராஜ் செய்த ஆய்வில் அப்போது வரை கிடைத்த கல்வெட்டுகளில் பயன்படுத்தப்பட்டுள்ள எழுத்து வடிவங்கள் பட்டியலிடப்பட்டிருக்கின்றன. பொ.ஆ. ஆறாம் நூற்றாண்டில் இருந்து பத்தாம் நூற்றாண்டு வரை கிடைத்த தமிழ் மொழி கல்வெட்டுகளின் எண்ணிக்கை 2,333. அவற்றில், ஆறாம் நூற்றாண்டில் தமிழியில் 34 கல்வெட்டுகளும், வட்டெழுத்தில் 25 கல்வெட்டுகளும், கிரந்தம் ஒரு கல்வெட்டிலும் கிடைத்துள்ளது. பொ.ஆ. ஏழாம் நூற்றாண்டில் வட்டெழுத்து 54, தமிழ் 8, கிரந்தம் 40 என்ற எண்ணிக்கையில் இருந்திருக்கிறது. தமிழி கல்வெட்டுகள் கிடைக்கவில்லை. பொ.ஆ. எட்டாம் நூற்றாண்டில் வட்டெழுத்து 49, தமிழ் 41, கிரந்தம் 30 எண்ணிக்கையிலும், பொ.ஆ. ஒன்பது, பத்தாம் நூற்றாண்டுகளில் வட்டெழுத்து 236, தமிழ் 1762, கிரந்தம் 52 என்ற எண்ணிக்கையில் கிடைத்துள்ளன. இந்த எண்ணிக்கைகளை வைத்து எழுத்து வளர்ச்சியை நில அடிப்படையில் பகுதி பகுதியாகப் பிரித்து ஆய்வுகளைச் செய்திருக்கிறார் ஆய்வாளர்.

தமிழி, வட்டெழுத்து போன்ற எழுத்து வடிவங்களை சற்றே முயன்றால் எளிமையாகக் கற்றுக்கொள்ள முடியும். தற்காலத் 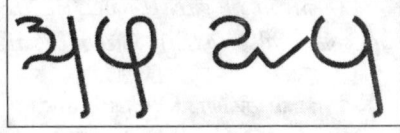 தமிழ் உள்ளிட்ட மூன்று எழுத்து வடிவங்களையும் நாம் தெரிந்து கொண்டால் மட்டும்தான் நாம் "எங்களுக்கு தமிழ் எழுதத் தெரியும்" என்று சொல்ல முடியும்.

துணை நூல்கள்:

1. தமிழ்நாட்டு எழுத்து வளர்ச்சி, ரா.கோவிந்தராஜ், தமிழகத் தொல்லியல் கழகம், 2016 (முதற்பதிப்பு 1994)

2. தொல்தமிழ் எழுத்துகள், செந்தீ நடராசன், நியூ செஞ்சுரி புக் ஹவுஸ், 2013

3. கல்வெட்டுக்கலை, பொ.இராசேந்திரன், சொ.சாந்தலிங்கம், நியூ செஞ்சுரி புக் ஹவுஸ், 2017.

4. கல்வெட்டின் கதை, நடன காசிநாதன், தமிழ்நாடு அரசு தொல்பொருள் ஆய்வுத்துறை, 1969.

பழங்காலச் சுவடுகள்

வரலாற்றுக்கு முந்தைய காலம்

பாறை ஓவியங்கள்

அறிமுகப் பகுதியில் பாறை ஓவியங்கள் என்றால் என்ன என்பது குறித்து ஏற்கெனவே பார்த்து விட்டோம் என்பதால், தேனி மாவட்டத்தில் அமைந்துள்ள பாறை ஓவியங்கள் குறித்துப் பார்க்கலாம்.

புதுச்சேரி பல்கலைக்கழகப் பேராசிரியர் பா.பாலமுருகன் 2014ஆம் ஆண்டு தொல்லியல் கழகம் வெளியிட்ட ஆவணம் தொகுப்பில் தேனி மாவட்டத்தின் முக்கியமான பாறை ஓவியங்கள் இருப்பதைக் கள ஆய்வுசெய்து வெளியிட்டார்.

அருகவேலி (9°50' 02N - 77°37' 36'E)

கடமலைக்குண்டுக்கு அருகேயுள்ள மயிலாடும்பாறையில் இருந்து எழுமலை செல்லும் சாலையில், சுமார் ஏழு கி.மீ. தொலைவில் அருகவேலி எனும் சிற்றூர் அமைந்துள்ளது. இவ்வூரின் மலையடிவாரத்தில் அமைந்துள்ள வேட்டைக்காரன் பாறை எனும் இடத்திலிருந்து, மூன்று கி.மீ. மலையேறினால் பாறை ஓவியங்கள் அமைந்துள்ள குகைப்பகுதியை அடையலாம்.

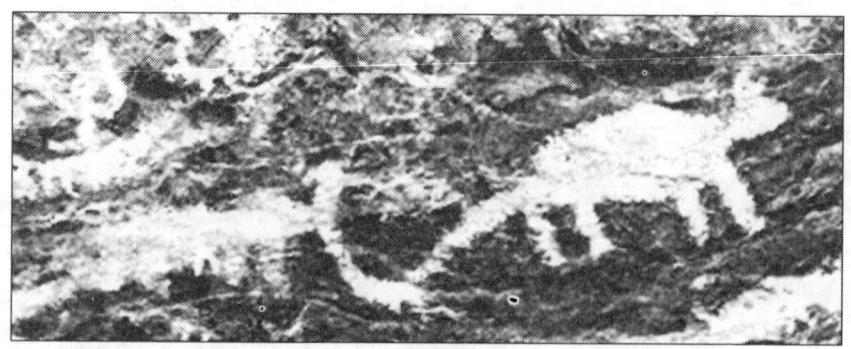

சித்திரக்கல் பொடவு

'சித்திரக்கல் பொடவு' எனும் இக்குகையை 'சித்தர்கள் பொடவு' என்ற பெயரால் அழைக்கிறார்கள், உள்ளூர் மக்கள். ஆரம்ப காலத்தில் குகையில் வாழ்ந்த சித்தர்கள் வரைந்த ஓவியங்கள்தான் அவை என்ற நம்பிக்கை அருகவேலி மக்களுக்கு இருக்கிறது. கிராமத்தில் இருந்து ஆடு மேய்ப்பதற்காக மலைக்குப் போகும் பழக்கம் முன்பு இருந்திருக்கிறது. இப்போது முள்காடுகளால் புதர் மண்டிப் போயிருக்கும் அப்பகுதிக்கு யாரும் போவதில்லை என்று சொல்கிறார்கள் ஊரில் இருக்கும் பெரியவர்கள். மலையின் மீது பாதிக்கும் மேல் ஏறினால் இக்குகை அமைந்துள்ளது. குகையின் மேற்கூரையிலும், இன்னொரு பகுதியிலுமாக இரண்டு இடங்களில் பாறை ஓவியங்கள் வரையப்பட்டுள்ளன.

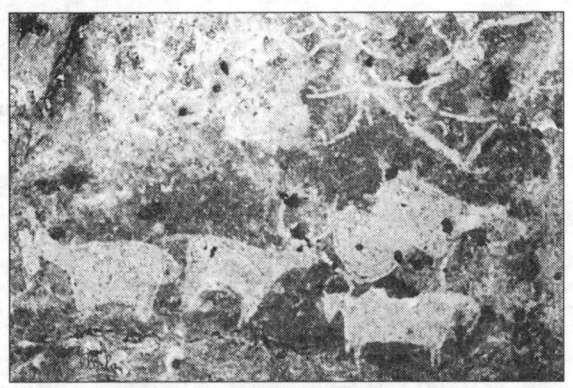

வெள்ளை மற்றும் செந்நிறத்தில் இந்த ஓவியங்கள் அமைந்துள்ளன. ஒரு ஓவியம், குழு ஓவியமாக வரையப்பட்டுள்ளது. குதிரை மீது அமர்ந்திருக்கும் ஒருவர் கைகளில் ஆயுதம் போன்ற ஏதோ ஒன்றை பிடித்துக்கொண்டு, கைகளை உயரே தூக்கியவாறும், அதைத் தொடர்ந்து இன்னும் மூவர் குதிரைகளில் அமர்ந்து கைகளை உயர்த்தியவாறும் அமைந்துள்ளது. சண்டையில் வெற்றியடைந்து

திரும்பும் குழுவாகக் காட்சியளிக்கிறது, இந்த ஓவியம். குகையின் மேற்கூரையில் வரையப்பட்டுள்ள மற்றொரு ஓவியத்தில் ஒரு மனிதரைச் சுற்றி காளை, மான்கள், மாடுகள், கேளை ஆடு, முயல், கோழிகள், எறும்பு தின்னி ஆகியவற்றின் உருவங்கள் உள்ளன. இந்த ஓவியம் கோட்டுருவங்களாலும், சில உருவங்கள் வெள்ளை நிறத்தால் நிரப்பப்பட்டும் காணப்படுகின்றன.

இந்த ஓவியங்கள் அமைந்துள்ள மலையடிவாரப் பகுதியில் இரும்புக் காலத்தைச் சேர்ந்த கறுப்பு சிவப்பு பானை ஓடுகள் மற்றும் முது மக்கள் தாழிகள் உடைந்து போய் கிடக்கின்றன. பேராசிரியர் பாலமுருகன், 'இவ்வோவியங்கள் பொ.ஆ.மு. 1500 - 500 காலத்தை சேர்ந்தவையாக இருக்கலாம்' என்று கணித்துள்ளார். பாறை ஓவியங்கள், ஆய்வாளர் கே.டி.காந்திராஜன் ஓவியத்தின் அமைப்பை வைத்து, 'இவை பொ.ஆ.மு. 4000 - 1000 புதிய கற்காலத்தை சேர்ந்தவையாக இருக்கலாம்' என்று தெரிவித்துள்ளார். இரு ஆய்வாளர்களின் கருத்துகளையும் எடுத்துக்கொண்டால் குறைந்தபட்சம் 2500 ஆண்டுகளில் இருந்து, அதிகபட்சம் 6000 ஆண்டுகளுக்கு முற்பட்டவையாக இந்த ஓவியங்கள் இருக்கலாம் என்று புரிந்துகொள்ளலாம்.

ஓவியங்கள் அமைந்துள்ள மலை வனப்பகுதிக்குள் இருப்பதால், வனத்துறையின் கட்டுப்பாட்டுப் பகுதியாக அமைந்துள்ளது. குகைக்குச் செல்லும் வழி முட்காடுகளால் நிறைந்திருக்கிறது.

மயிலாடும்பாறை (9°45' 51N - 77°30' 49'E)

தேனியில் இருந்து வருஷநாடு செல்லும் சாலையில் 30 கி.மீ. தொலைவில் அமைந்துள்ளது மயிலாடும்பாறை. இங்கிருந்து வடகிழக்கே 4 கி.மீ. தூரத்தில் கரடி ஊத்து எனும் பகுதிக்குச் செல்லும் வழியில் 'குதிரை கட்டிப் பொடவு' என்ற குகை அமைந்துள்ளது.

இந்தப் பகுதியில் வாழும் பளியர்களுக்கு மட்டுமே இந்த குகையும், அங்கு செல்லும் வழியும் தெரிந்திருக்கிறது. குகையில் வரையப்பட்டுள்ள ஓவியங்களில் விலங்குகள் மற்றும் மனிதர்களின் உருவங்கள் இடம்பெற்றுள்ளன. மிகப் பழமையான சிவப்பு நிற ஓவியங்களின் மேலே, வெள்ளை நிற ஓவியங்கள் வரையப்பட்டுள்ளன. மான், மாடு போன்ற விலங்குகளின் உருவங்கள் அதிகமாகக் காணப்படுகின்றன.

சில ஆண்டுகளுக்கு முன்பு வரை, இந்தக் குகை, பளியர்களால் பயன்படுத்தப்பட்டு வந்திருக்கிறது. அவர்கள் இங்கு இரவில் தங்கும் போது வெளிச்சத்துக்காக நெருப்பைப் பயன்படுத்துகின்றனர். இதனால் குகையிலுள்ள ஓவியங்கள் புகை படிந்த நிலையில் உள்ளன.

மயிலாடும்பாறை, பாறை ஓவியங்களும் வரலாற்றுக் காலத்துக்கு முற்பட்டவை என பேரா.பாலமுருகன் பதிவுசெய்துள்ளார்.

பாலாறுபட்டி

போடிநாயக்கனூருக்கு தெற்கில், தேனி–குச்சனூர் செல்லும் சாலையில் 10 கி.மீ. தொலைவில் அமைந்துள்ளது பாலாறுபட்டி. இந்த ஊரின் வடமேற்கே அமைந்துள்ளது மல்லிங்கர்சாமி மலை. மலையில் அமைந்துள்ள குகையில் பாறை ஓவியங்கள் வரையப்பட்டுள்ளதைக் கண்டு, சென்னை பா.ஜோதீஸ்வரன் 2014ஆம் ஆண்டு தொல்லியல் கழகம் வெளியிட்ட ஆவணம் தொகுப்பில் பதிவுசெய்துள்ளார்.

பாறை ஓவியங்கள் வெண்மை நிறத்தில் தீட்டப்பட்டுள்ளன. நின்ற நிலையில் வரையப்பட்டுள்ள மனித உருவங்களில், முதல் இரண்டு மனிதர்கள் கைகளில் வாளும், கேடயமும் வைத்து வலதுபுறம் பார்த்த நிலையிலும், இன்னும் இரண்டு மனிதர்கள் தங்கள் கைகளை ஒருவருடன் ஒருவர் கோர்த்தவாறு இடப்பக்கம் பார்த்த நிலையிலும் அமைந்துள்ளன. இந்தக் குழு ஓவியத்தின்

கீழ்ப்பகுதியில் விலங்கு ஒன்றின் மீது அமர்ந்த மனித உருவமும் இடம்பெற்றுள்ளது. போருக்குச் செல்லும் நிகழ்ச்சியை இவ்வோவியம் விளக்குகிறது என்றும், விலங்கின் மீது அமர்ந்திருப்பவன் குழுத்தலைவன் என்றும் ஆய்வாளர் தெரிவித்துள்ளார்.

குகையின் வெளிப்பகுதியில் பழங்கற்கால கருவிகளும் கண்டுபிடிக்கப்பட்டுள்ளன. இடை பழங்கற்காலத்தைச் சேர்ந்த கைக்கோடரிகளும் கிடைத்துள்ளன. இந்தக் குகைப் பகுதியில் பழங்கற்கால மனிதன் இருந்திருக்கலாம் என்றும், வெள்ளை நிற பாறை ஓவியங்கள் இரும்புக்காலம் அல்லது புதிய கற்காலத்தைச் சேர்ந்தவையாக இருக்கலாம் என்றும் பா.ஜோதீஸ்வரன் பதிவு செய்துள்ளார்.

கொட்டோடைப்பட்டி

ஆண்டிபட்டியில் இருந்து வடமேற்காக 17 கி.மீ தொலைவில் வைகை ஆற்றின் வலப்புறத்தில் அமைந்துள்ளது. இங்கு அமைந்துள்ள மலைக்குகையின் மேற்புறத்தில் வெள்ளை நிறத்தில் பாறை ஓவியம் தீட்டப்பட்டுள்ளது. ஓவியத்தில் விலங்கின் மேல் அமர்ந்த ஒருவன் இடது கையில் கடிவாளத்தைப் பிடித்தவாறும், வலது கையில் ஆயுதத்தை ஓங்கிய நிலையிலும் வரையப்பட்டுள்ளது. இதன் எதிர்ப்புறத்தில் அழிந்த நிலையிலான மனித உருவம் காணப்படுகிறது. இந்த ஓவியங்களின் மேற்புறத்தில், ஓடத்தில் செல்லும் ஆறு மனிதர்கள் கைகளைத் தொங்கவிட்ட நிலையில் வரையப்பட்டுள்ளது.

இந்த ஓவியத்தை ஆய்வாளர் வி.ப.யதீஸ்குமார் 2008ஆம் ஆண்டு தொல்லியல் கழகம் வெளியிட்ட ஆவணம் தொகுப்பில் பதிவுசெய்துள்ளார். குகைக்கு வெளியே நுண்ணிய கற்காலக் கருவிகளான கிழிப்பான்கள், சுரண்டிகள் ஆகியவை கண்டெடுக்கப்பட்டுள்ளன. கற்கருவிகள் செய்யப் பயன்படும் மூலப் பொருளான செர்ட் வகை கற்களும் அங்கு கிடைத்துள்ளன. இப்பகுதியில் பெருங்கற்கால ஈமச்சின்னங்களான கல்வட்டத்துடன் கூடிய கற்பதுக்கைகள், முதுமக்கள் தாழிகள் போன்றவை இவ்வூரின் தென்புறமாக உள்ள மேட்டு நிலத்தில் கிடைத்துள்ளன.

ஆண்டிபட்டி மலைப்பகுதியில் உருவாகும் கொட்டோடை எனும் சிறிய ஓடை, இவ்வூரின் கிழக்குப் பக்கமாகச் சென்று, புள்ளிமான் கோம்பைக்கு அருகில் வைகையாற்றில் கலக்கிறது. புள்ளிமான் கோம்பை தமிழி எழுத்துப் பொறிக்கப்பட்ட சங்க காலத்தைச் சேர்ந்த நடுகல் கிடைத்த ஊர் என்பது குறிப்பிடத்தக்கது.

மூணாண்டிபட்டி

இந்த ஊர் கொட்டோடைப்பட்டியில் இருந்து மேற்கில் 5 கி.மீ. தொலைவில் அமைந்துள்ளது. ஊரின் தென்கிழக்கிலுள்ள மலைக்குன்றில் வரையப்பட்டுள்ள பாறை ஓவியங்களை ஆய்வாளர் வி.ப.யதீஸ்குமார் 2008ஆம் ஆண்டு தொல்லியல் கழகம் வெளியிட்ட ஆவணம் தொகுப்பில் பதிவுசெய்துள்ளார்.

குகையில் இரண்டு மீட்டர் நீளத்துக்கு காவி மற்றும் வெள்ளை வண்ணத்தில் ஓவியங்கள் வரையப்பட்டுள்ளன. காவி வண்ண ஓவியத்தில் விலங்கின் உருவம் அழிந்த நிலையில் உள்ளது. இந்த ஓவியத்தின் மேற்புறமாக வெள்ளை நிறத்தில் பதினோரு மனித உருவங்கள் காணப்படுகின்றன. நான்கு மனிதர்கள், கையிலுள்ள ஆயுதங்களை ஓங்கிய நிலையில் அமைந்துள்ளன. இந்த ஊரிலும் 'பெருங்கற்கால நினைவுச் சின்னங்கள் காணப் படுகின்றன.

சோலையூர்

போடி நாயக்கனூரில் இருந்து 12 கி.மீ. வட மேற்கில் அமைந்துள்ளது சோலையூர். ஊரின் வடக்கே 5 கி.மீ. அமைந்துள்ள மேற்குத் தொடர்ச்சி மலைப்பகுதியின் பெயர் குமலாம்பாறை. இதில் அமைந்திருக்கும் குகையில் இருக்கும் பாறை ஓவியத்தினை ஆய்வாளர் பா.ஜோதீஸ்வரன் 2015ஆம் ஆண்டு தொல்லியல் கழகம் வெளியிட்ட ஆவணம் தொகுப்பில் பதிவுசெய்துள்ளார்.

பாறை கீறல் எனும் கோட்டோவியமாக யானை மற்றும் காட்டுப்பன்றி உருவங்கள் வரையப்பட்டுள்ளன. இந்த மலையடிவாரத்தில் பெருங்கற்கால கல்திட்டையும், கறுப்பு சிவப்பு பானைஓடுகளும் கண்டெடுக்கப்பட்டுள்ளன.

எரசக்க நாயக்கனூர்

உத்தமபாளையத்தில் இருந்து கிழக்கில் 10 கி.மீ. தூரத்திலும், சின்னமனூரில் இருந்து சுமார் 7 கி.மீ. தூரத்திலும் எரசை எனும் எரசக்க நாயக்கனூர் அமைந்துள்ளது, இவ்வூரின் தென் கிழக்கில் சுமார் ஐந்து கி.மீ. தொலைவில் மேற்குத் தொடர்ச்சி மலையின் பகுதியாக எரசக்கநாயக்கனூர் மலை அமைந்துள்ளது. இதில் பெருமாள் சுனை எனும் குகையின் வெவ்வேறு பகுதிகளில் பாறை ஓவியங்கள் வரையப்பட்டுள்ளன. இவற்றை ஆய்வாளர் பா.ஜோதீஸ் வரன் 2016ஆம் ஆண்டு தொல்லியல் கழகம் வெளியிட்ட ஆவணம் தொகுப்பில் பதிவு செய்துள்ளார்.

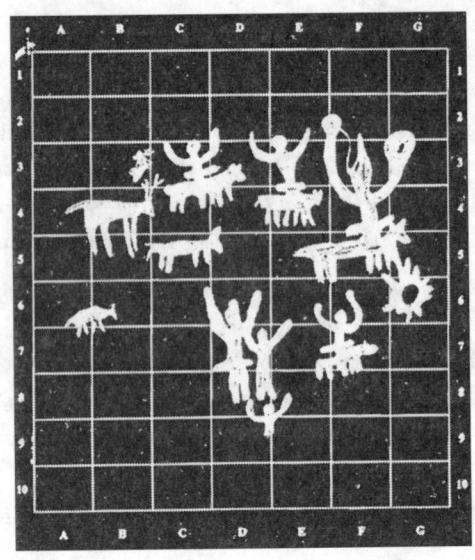

ஓவியங்கள் வெண்மை நிறத்தில் வரையப்பட்டுள்ளன. ஒரு ஓவியத்தில் நான்கு மனித உருவங்கள், கைகளை நன்கு விரித்து, ஆடும் நிலையில் உள்ளன. இரண்டு மனித உருவங்களின் தலைகள் பறவையின் தலையை ஒத்துக் காணப்படுகின்றன. இன்னொரு ஓவியத்தில் இரண்டு மனிதர்கள் சண்டையிடும் காட்சி வரையப்பட்டுள்ளது. இரண்டு மனிதர்களும் எதிரெதிரில் விலங்குகளின் மீது அமர்ந்துள்ளனர். ஒரு மனிதன் உயர்த்திய இடக்கையில் வாள் பிடித்து சண்டையிடுவது போன்று அமைந்துள்ளது. இன்னொரு மனிதனின் ஆயுதம் அழிந்த நிலையில் உள்ளது.

இந்த ஓவியங்களில் சிந்துச் சமவெளியில் கிடைத்த குறியீடுகளைப் போன்ற சில குறியீடுகள் காணப்படுகின்றன. நடனமாடும் மனித உருவங்களுக்குக் கீழ் ஒரு முக்கோண வடிவமும், சண்டையிடும் மனிதர்களுக்குக் கீழ் ஒரு முக்கோண வடிவமும் வரையப்பட்டுள்ளது. மற்றொரு இடத்தில் இரண்டு முக்கோணங்கள் இணைக்கப்பட்டு, உடுக்கை வடிவம் போல வரையப்பட்டுள்ளன. இன்னொரு ஓவியத்தில் மானின் உருவம் வரையப்பட்டுள்ளது. அதற்குச் சற்று மேலே சில வளைந்த கோடுகள் அமைந்துள்ளன.

இம்மலைப் பகுதியில் பெருங்கற்காலத்தை சேர்ந்த நெடுங்கல் கிடைத்துள்ளதால், இவ்வோவியமும் அதே காலத்தைச் சேர்ந்த மனிதர்களால் வரையப்பட்டிருக்கலாம் என்று ஆய்வாளர் தெரிவித்துள்ளார்.

இன்னும் சில பாறை ஓவியங்கள்

ஆண்டிபட்டி அருகில் உள்ள அணைப்பட்டி சித்தர் மலையில் பாறை ஓவியம் கிடைத்திருக்கிறது. சமணர் பள்ளியாக அறியப்பட்ட இக்குகையின் கிழக்குப் பக்கத்தில் குதிரையின் மீது அமர்ந்த மனிதனின் உருவம் காவி நிறத்தில் வரையப்பட்டுள்ளது. பெரியகுளம் முருகமலை வனப்பகுதியிலும் பாறை ஓவியங்கள் காணப்படுகின்ற தகவலை ஆய்வாளர் சோ.பஞ்சுராஜா, வைகைக் கரை வரலாற்றுச் சுவடுகள் (2017) நூலில் குறிப்பிட்டுள்ளார்.

கம்பம் அருகிலுள்ள காமய கவுண்டன்பட்டி, சங்கிலிக் கரடு மலைப்பகுதியில் பாறை ஓவியங்கள் கிடைத்துள்ளன. இப்பகுதியில் பெருங்கற்காலத்தைச் சேர்ந்த நினைவுச் சின்னங்களும், கருவிகளும் கிடைத்திருப்பதாக ஆய்வாளர் ராசு பவுன்துரை, தமிழகப் பாறை ஓவியங்கள் நூலில் குறிப்பிட்டுள்ளார்.

பெரும்பாலான பாறை ஓவியங்கள், வனத்துறையின் கட்டுப்பாட்டுப் பகுதிகளில் அமைந்துள்ளன. இங்கு செல்லும் வழிகள் மட்டுமல்லாமல், பாறை ஓவியங்களும் பாதிப்படைந்துள்ளன. சில குகைகள் மண் சரிவு ஏற்பட்டு மூடிய நிலையில் காணப்படுகிறது. இங்கு ஓவியங்கள் இருக்கும் தகவல்கள் ஏற்கெனவே பதிவு செய்யப்பட்ட நூல்களில் இருந்தே பெறமுடிகிறது. பிற்கால கல்வெட்டுகள், செப்பேடுகள் போன்றவற்றை அருங்காட்சியகத்தில் வைத்துப் பாதுகாக்கும் தொல்லியல் துறை, வரலாற்றுக்கு முந்தைய காலத்தைச் சேர்ந்த பாறை ஓவியங்களை பராமரிக்க வழியின்றி கைவிட்டுள்ளது. பாறை ஓவியங்கள் அமைந்திருக்கும் ஊர்களில் வாழும் படித்தவர்களுக்குக்கூட அது பற்றிய தகவல் தெரிந்திருக்கவில்லை என்பது வரலாற்றுச் சின்னங்களின் நிலையை இன்னும் மோசமாக்கும் நிலையை உருவாக்கும்.

துணை நூல்கள்:

1. பாறை ஓவியம் குறித்த ஆய்வுகள், ஆவணம் (1990 முதல் 2019 வரை), தமிழகத் தொல்லியல் கழகம்
2. தமிழிணையம் தமிழர் தகவலாற்றுப்படை ஆய்வுத் தொகுப்பு, தமிழ் இணையக் கல்விக் கழகம்
3. தேனி மாவட்ட வரலாறு, கம்பம் சோ.பஞ்சுராஜா, மணிமேகலைப் பிரசுரம்–2017.

நினைவுச் சின்னங்கள்

பின்னத்தேவன்பட்டி குத்துக்கல்
(10°01'37'N - 77°31'56'E)

தேனியில் இருந்து ஆண்டிபட்டி செல்லும் சாலையில் 7 கி.மீ. தொலைவில் பின்னதேவன்பட்டி அமைந்துள்ளது. ஆண்டிபட்டி சாலையின் இடதுபுறம் 2 கி.மீ. தொலைவில் வைகை ஆற்றின் இடது கரையில் ஒரு குத்துக்கல் கண்டறியப்பட்டுள்ளது. இதன் உயரம் 3.65 மீ, அகலம் 1.26 மீ, கனம் 0.35 மீ ஆகும். இது தற்போது பாண்டி முனீஸ்வரர் கோவிலாக வழிபாட்டில் இருக்கிறது.

வைகை ஆற்றுப் பகுதியில் கிடைத்த குத்துக்கற்களில் இதுவே பெரிய அளவில் அமைந்துள்ளது. இது இரும்புக் காலத்தைச் சேர்ந்தது என்ற குறிப்புடன் ஆய்வாளர் பா.பாலமுருகன் 2014ஆம் ஆண்டு தொல்லியல் கழகம் வெளியிட்ட ஆவணம் தொகுப்பில் பதிவு செய்துள்ளார்.

கரட்டுப்பட்டி குத்துக்கல்

ஆண்டிபட்டி வட்டத்தில் வைகை அணையின் தென்கரையில் உள்ள ஊர் கரட்டுப்பட்டி. இவ்வூரில் இருந்து ஒரு கி.மீ தூரம் அணைக்குள் மேற்குப் புறமாகச் சென்றால் வைகை ஆற்றின் கிழக்குக் கரையில் ஒரு குத்துக்கல் அமைந்துள்ளது. இது 172 செ.மீ. உயரம் உள்ளது. குத்துக்கல் இப்போது அணையின் நீர்ப்பிடிப்பு பகுதிக்குள் உள்ளது. அணையில் நீர்மட்டம் குறைந்து, தரை தெரியும்போதுதான் பார்க்க இயலும். இக்குத்துக்கல் பாண்டி முனீஸ்வரன் என்ற பெயரில் வழிபடப்படுகிறது. இது குறித்த செய்தியை ஆய்வாளர்

பாவெல் பாரதி 2019ஆம் ஆண்டு தொல்லியல் கழகம் வெளியிட்ட ஆவணம் தொகுப்பில் பதிவுசெய்துள்ளார்.

ஆதீஸ்வரன் கோயில் குத்துக்கற்கள்

வைகை அணைக்குள் இருக்கும் கரட்டுப்பட்டியில் இருந்து ஒரு கி.மீ. தொலைவில் ஒரு மேடு உள்ளது. அங்குள்ள ஆதீஸ்வரன் கோயிலில் மூன்று குத்துக்கற்கள் வழிபாட்டில் உள்ளன. குத்துக்கற்கள் மேட்டுக்குக் கீழ்ப்புறம் தண்ணீருக்குள் இருந்ததாகவும், அப்போது வழிபாடு செய்ய இயலாததால் அவற்றை எடுத்து கோயிலுக்குள் வைத்துள்ளதாகவும் தெரிவிக்கின்றனர். இது குறித்தச் செய்தியை ஆய்வாளர் பாவெல் பாரதி 2019ஆம் ஆண்டு தொல்லியல் கழகம் வெளியிட்ட ஆவணம் தொகுப்பில் பதிவு செய்துள்ளார்.

சொக்கத்தேவன்பட்டி பலகைக்கல்லுடன் குத்துக்கல்
(10°02' 27'N - 77°31' 58'E)

தேனியில் இருந்து கிழக்கே சுமார் 10 கி.மீ. தொலைவிலும், பின்னத்தேவன்பட்டியில் இருண்டு வடக்கே சுமார் 2 கி.மீ. தொலைவிலும் இந்த ஊர் அமைந்துள்ளது. ஈமச்சின்னமான பலகைக்கல் வட்டத்துடன் இணைந்த குத்துக்கல் இவ்வூரில் கண்டறியப்பட்டுள்ளது. குத்துக்கல்லின் உயரம் 2.40 மீ., கனம் 0.50 மீ. கல்வட்டங்களின் சராசரி வட்ட அளவு 5 மீ. இதுவும் உள்ளூர் மக்களால் வழிபாடு செய்யப்படுகிறது. இது இரும்புக் காலத்தைச் சேர்ந்த ஈமச்சின்னமாகும். இதனை ஆய்வாளர் பா.பாலமுருகன் 2014 ஆம் ஆண்டு தொல்லியல் கழகம் வெளியிட்ட ஆவணம் தொகுப்பில் பதிவு செய்துள்ளார்.

துரைராஜபுரம் நினைவுச் சின்னங்கள்

போடி நாயக்கனூரில் இருந்து கிழக்கில் சுமார் 5 கி.மீ. தொலைவில், கொட்டக்குடி ஆற்றின் வடகரையில் மேற்குத் தொடர்ச்சிமலை அடிவாரத்தில் துரைராஜபுரம் அமைந்துள்ளது. கொட்டக்குடி ஆற்றுக்கும், மலைத் தொடருக்கும் இடையே சுமார் 25 ஏக்கர் பரப்பளவில் பண்டைக்கால மக்களின் நினைவுச் சின்னங்கள் அமைந்திருப்பதை ஆய்வாளர் சி.மாணிக்கராஜ் 2018ஆம் ஆண்டு தொல்லியல் கழகம் வெளியிட்ட ஆவணம் தொகுப்பில் பதிவுசெய்துள்ளார்.

இந்தப் பகுதியில் முதுமக்கள் தாழிகள், கற்பதுக்கைகள், புதிய கற்கால கருவிகள் மற்றும் இரும்பு ஆயுதங்கள் ஆய்வில்

கண்டுபிடிக்கப்பட்டுள்ளன. இங்கு கிடைத்துள்ள முதுமக்கள் தாழிகளில் பெரும்பாலானவை உடைந்தும், சில தாழிகள் சிதையாத நிலையில் மண்ணில் புதைந்தும் காணப்படுகின்றன. தாழிகளைச் சுற்றி மண்ணாலான சாடி, குடுவை, கிண்ணம், குதிர், உருளி, அகல்விளக்கு, பிரிமனை போன்ற மண்ணாலான கலங்கள் வைக்கப்பட்டிருந்தன. கறுப்பு சிவப்பு நிறமுடைய கிண்ணம், தட்டுகளின் கழுத்துப் பகுதியைச் சுற்றி சிவப்பு நிற அலங்கார கோடுகள், அலை அலையாக சுற்றிலும் வரையப்பட்டுள்ளன. சில பானை ஓடுகளில் கீறல் குறியீடுகளும் கிடைத்துள்ளன.

புதிய கற்காலத்தைச் சேர்ந்த இரண்டு கல் ஆயுதங்கள் முதுமக்கள் தாழி அருகே கிடைத்துள்ளன. கற்கோடரிகள் 8 செ.மீ. அளவிலும், 40 செ.மீ அளவிலும் கறுப்பு நிறத்தில் கிடைத்துள்ளன. இவை தவிர, 24 செ.மீ நீளமுள்ள உலோகத்திலான துருப்பிடித்த கத்தி ஒன்றும் எடுக்கப்பட்டுள்ளது. இதே பகுதியில் தொன்மைக்கால கற்பதுக்கைகள் இருந்ததற்கான அடையாளங்களும் காணப்படுவதால், இங்கு கிடைத்துள்ள கற்கோடரிகள் பெருங்கற்கால மக்களால் பயன்படுத்தப்பட்டதாக இருக்கலாம் என்று ஆய்வாளர் பதிவு செய்துள்ளார்.

கம்பம் குத்துக்கல் (9°43’ 40’N - 77° 15’ 10’E)

கம்பம் நகரில் இருந்து ஏகலூத்து செல்லும் சாலையில் இரண்டு கி.மீ. தூரத்தில் சிக்காளிகுளம் ஊரணி அமைந்துள்ளது. இதன்

வலது கரையில், சாலையின் இடது புறத்தில் சிறு வழிபாட்டுத் தலம் அமைந்துள்ளது. இதன் நடுவில் இரண்டு அடி உயரமுள்ள குத்துக்கல் அமைந்துள்ளது. மண்ணில் ஆழமாக புதைந்து காணப்படுவதால் முழு உயரத்தை அளவிட இயலவில்லை. பகுதி மக்களால் ஆதீஸ்வரன் என்று அழைக்கப்பட்டு, வழிபடப்பட்டு வருகிறது. ஏகலூத்து எனும் மலை அடிவாரப் பகுதியில் மக்கள் வாழ்ந்ததற்கான பாறைத் தடயங்கள் கிடைத்திருப்பது குறிப்பிடத்தக்கது.

அணைக்கரைப்பட்டி கல்திட்டைகள்

போடிநாயக்கனூர் வட்டத்தில் அமைந்திருக்கும் பி. அணைக் கரைப்பட்டிக்கு வடக்கில் அமைந்துள்ள மரக்காமலையில் பாண்டியர் திட்டு பகுதி உள்ளது. இதனை உள்ளூர் மக்கள் பாண்டியர் குகை, பாண்டவர் குகை என அழைக்கின்றனர்.

இங்கு நான்கு கல்திட்டைகள் காணப்படுகின்றன. இவற்றில் மூன்று சேதமடைந்த நிலையிலும், ஒன்று முழுமையாகவும் அமைந்துள்ளது. கல்திட்டை 4 அடி நீளமும், 3 அடி அகலமுடைய கல் பலகைகளைக் கொண்டுள்ளது. 8 அடி அகலத்தில் அமைந்த கல் வட்டங்களால் அமைக்கப்பட்டுள்ளது. இதனை ஆய்வாளர் சி.மாணிக்கராஜ் 2017ஆம் ஆண்டு தொல்லியல் கழகம் வெளியிட்ட ஆவணம் தொகுப்பில் பதிவு செய்துள்ளார்.

சில்வார்பட்டி கல்திட்டை

பெரியகுளம் வட்டம் சில்வார்பட்டி கிராமத்தில் இருந்து பெரியகுளம் திண்டுக்கல் நெடுஞ்சாலைக்குச் செல்லும் சாலையில் ஒரு கி.மீ. தூரத்தில் விவசாய நிலம் அமைந்துள்ளது. இங்கு வேப்ப மரமும், கருவேல மரமும் வளர்ந்த புதரில் கல்திட்டை ஒன்று உள்ளது. இது குறித்தச் செய்தியை ஆய்வாளர் பாவெல் பாரதி 2019ஆம் ஆண்டு தொல்லியல் கழகம் வெளியிட்ட ஆவணம் தொகுப்பில் பதிவுசெய்துள்ளார்.

இந்தக் கல்திட்டையை உள்ளூர் மக்கள் தம்பட்டம்பாறை என்று அழைக்கிறார்கள். இதன் மூடுபலகைக்கல் முழுவதும் பல்லாங்குழிகள்போல இருநூறுக்கும் அதிகமான குழிகள் செதுக்கப்பட்டுள்ளன. இது அரிதான குழிக்குறி கல்திட்டை ஆகும். இந்தக் குழிகளில் ஆறு குழிகள் எட்டு முதல் பத்து செ.மீ விட்டமும், மூன்று முதல் ஐந்து செ.மீ. ஆழமும் கொண்டவை. நல்ல வழவழப்பான கல்பலகையாக இது காணப்படுகிறது.

பெருங்கற்படை ஈமச்சின்னங்களில் இவ்வகை அமைப்பினை குழுக்குறிகள், கிண்ணக்குறிகள் என்று அழைக்கிறார்கள்.

சித்தடி கல்திட்டை

பெரியகுளம் வட்டம் சிந்துவம்பட்டிக்கும், சில்வார்பட்டிக்கும் இடையில் வேட்டுவன்பட்டி அமைந்துள்ளது. இதன் தென்புறமாக வராக நதியின் இடது கரையில் அமைந்துள்ள வயல்வெளியில் உள்ள மேடான பகுதிதான் சித்தர் அடி.

உள்ளூர் மக்களால் சித்தடி என்று அழைக்கப்படும் இந்த இடத்தில் அமைந்துள்ள கல்திட்டை குறித்தச் செய்தியை ஆய்வாளர் பாவெல் பாரதி 2019ஆம் ஆண்டு தொல்லியல் கழகம் வெளியிட்ட ஆவணம் தொகுப்பில் பதிவுசெய்துள்ளார்.

வழிபாட்டுத்தலமாக இருக்கும் சித்தடியில் கிழக்கு மற்றும் வடக்குப் பார்த்த பீடம் போன்ற அமைப்புகள் இரண்டு உள்ளன. அவற்றின் அருகில் கல்திட்டையின் மூடு பலகை ஒன்று தரையில் கிடக்கிறது.

இந்த பீடங்களில் ஒன்றோ அல்லது இரண்டோ கல்திட்டையாக இருந்து, பின் பீடமாக மாற்றப்பட்டிருக்கலாம் என்று ஆய்வாளர் குறிப்பிட்டுள்ளார்.

தேனி கல்வட்டம்

தேனி மாவட்ட ஆட்சியர் அலுவலகத்தில் இருந்து மூன்று கி.மீ. தொலைவில் அமைந்துள்ள நாடார் கலை அறிவியல் கல்லூரியின் முன்புள்ள விளைநிலத்தில் கல்வட்டம் சிதைந்த நிலையில் காணப்படுகிறது. வட்டமாக முன்பிருந்த கல்வட்டம் இப்போது நீள் குவியலாக அமைந்துள்ளது. இப்பகுதியில் இரும்புக் கசடுகளும் கிடைத்துள்ளன. 2019ஆம் ஆண்டு ஆவணம் தொகுப்பில் ஆய்வாளர் பாவெல் பாரதி இதனை பதிவு செய்துள்ளார்.

இன்னும் சில ஆய்வுகள்

இவை தவிர, தேனி மாவட்டத்தில் இன்னும் பல பழங்கால நினைவுச் சின்னங்கள் அமைந்துள்ளன. வெவ்வேறு ஆண்டுகளில் ஆய்வாளர்கள் பா.பாலமுருகன், பா.ஜோதீஸ்வரன், பாவெல் பாரதி ஆகியோரால் தொல்லியல் கழகம் வெளியிடும் ஆவணங்களில் கீழ்க்கண்ட தகவல்கள் பதிவு செய்யப்பட்டுள்ளன.

வ.எண்	இடம்	தொல் பொருட்கள்
01	குள்ளப்புரம்	ஊரின் கிழக்கே இரும்புக்கால வாழ்விடப்பகுதி அமைந்துள்ளது.
02	சிந்துவன்பட்டி	இரும்புக்கால ஈமச்சின்னங்கள், கல்வட்டம், குத்துக்கல்
03	இராமயகவுண்டன்பட்டி	கல்வட்டங்கள்
06	கரியாப்பட்டி மல்லிங்காபுரம்	கல்வட்டங்கள்
07	தம்மனம்பட்டி	இரும்புக்கால ஈமக்காடு (ஐந்து ஏக்கர் பரப்பளவு), கறுப்பு சிவப்பு பானைஓடுகள், கறுப்பு நிற பானை ஓடுகள், சிவப்பு நிற பானைஓடுகள்
08	புதுக்கோட்டை	இரும்புக் கசடுகள், இரும்புக்கால மட்கல ஓடுகள்
09	கன்னியம்பட்டி	இரும்புக்கால கறுப்பு சிவப்புப் பானைஓடுகள், சிவப்புப் பானைஓடுகள்

10	டி.மீனாட்சிபுரம்	`நெடுங்கல், இரும்புக்கால ஓடுகள்
11	மல்லிங்காபுரம்	வரலாற்றுத் தொடக்க கால எச்சங்கள், ஊிருக்கை, கறுப்பு சிவப்பு பானை ஓடுகள், சங்கு வளையல்கள், வண்ணம் தீட்டப்பட்ட செம்பழுப்பு நிற பானை ஓடுகள்.
12	மேலசிந்தலச்சேரி	நுண்ணிய கற்காலக் கருவிகள், வரலாற்றுத் தொடக்க கால எச்சங்கள்
13	கீழ சிந்தலச்சேரி	நெடுங்கல்
14	மார்க்கையன்கோட்டை	நெடுங்கல்
15	கருச்சிப்பட்டி	நெடுங்கல்
16	சின்ன ஓவுலாபுரம்	குகைத்தளங்கள்
17	சுக்காங்கல்பட்டி	இரும்பு உருக்குப் பகுதி, 2 ஏக்கர் பரப்பளவு, சுடுமண் குழாய்கள்
18	குமணந்தொழு	கல் திட்டைகள்
19	பொம்மிநாயக்கன்பட்டி	கல் வட்டம்

துணை நூல்கள்:

1. *பாறை ஓவியம் குறித்த ஆய்வுகள், ஆவணம் (1990 முதல் 2019 வரை), தமிழகத் தொல்லியல் கழகம்.*
2. *தமிழிணையம் தமிழர் தகவலாற்றுப்படை ஆய்வுத் தொகுப்பு, தமிழ் இணையக்கல்விக் கழகம்.*

சங்ககாலச் சுவடுகள்
பொ.ஆ.மு. மூன்றிலிருந்து, பொ.ஆ. மூன்று வரை

புள்ளிமான் கோம்பை நடுகற்கள்
(10° 03' 59' N - 77° 41' 10' E)

தேனி மாவட்டம் ஆண்டிபட்டி வட்டாரத்தில் அமைந்துள்ள ஊர் புள்ளிமான்கோம்பை. ஆண்டிபட்டியிலிருந்து சுமார் 19 கி.மீ. தூரத்திலும், வத்தலகுண்டிலிருந்து 15 கி.மீ. தூரத்திலும் புள்ளிமான்கோம்பை அமைந்துள்ளது. கடல்மட்டத் திலிருந்து 765 மீட்டர் உயரத்தில் உள்ளது இச்சிற்றூர்.

2006ஆம் ஆண்டு தமிழ்ப் பல்கலைக்கழகத்தின் கல்வெட்டியல் மற்றும் தொல்லியல் துறையின் ஆய்வாளர்கள் வி.பி.யதீஸ்குமார், சி. செல்வகுமார் ஆகியோர் புள்ளிமான் கோம்பை பகுதியில் கள ஆய்வு மேற்கொண்டனர். புள்ளிமான் கோம்பையிலும் அதன் எதிர்ப்புறமாக வைகையாற்றின் வடகரையில் அமைந்துள்ள பூவம்பட்டியிலும், புள்ளிமான் கோம்பைக்கு கிழக்கில் 2 கி.மீ. தூரத்தில் அமைந்துள்ள தெப்பத்துப் பட்டியிலும் சங்ககால ஈமச்சின்னங்கள், முதுமக்கள் தாழிகள், கல் உயர் பதுக்கைகள் ஆகியன காணப்படுவதை ஆய்வுக்குழுவினர் கண்டறிந்தனர்.

தமிழ் எழுத்துகளின் ஆதி வடிவமான இரண்டாயிரத்து முந்நூறு ஆண்டுகளுக்கு முற்பட்ட தமிழ் பிராமி எனும் தமிழி எழுத்துகளில் எழுதப்பட்ட மூன்று சங்க கால நடுகற்கள் புள்ளிமான் கோம்பையில் கண்டுபிடிக்கப்பட்டன. இப்பகுதி நிலங்கள் விவசாயத்துக்காக பண்படுத்தப்பட்டபோது, மூன்று நடுகற்களும் அப்புறப்படுத்தப்பட்டு, மண்ணில் புதைந்து கிடந்தன.

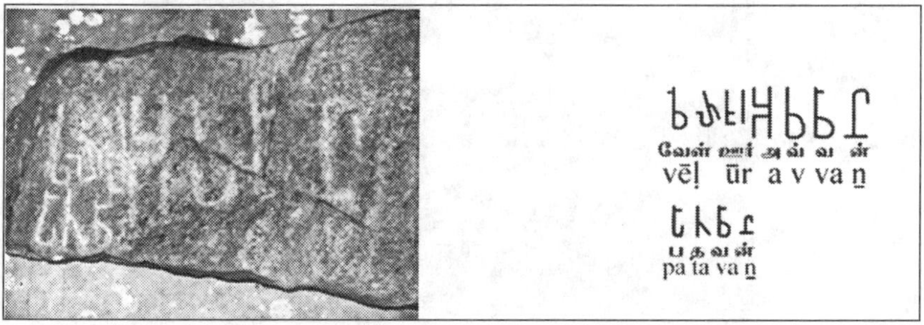

சாதாரணமாகப் பார்க்கும்போது, சாலையோரங்களில் கிடக்கும் கற்களைப் போல உள்ள இந்த நடுகற்கள், கூர்ந்து கவனித்துப் பார்த்தால்தான் எழுத்துகளைக் காண முடிகிறது.

"இதுவரை கிடைத்துள்ள தமிழ் பிராமி எழுத்துகள் பொறிப்புள்ள கல்வெட்டுகள் பெரும்பாலும் சமணர் படுகைகளிலேயே கண்டுபிடிக்கப்பட்டுள்ளன. சங்க இலக்கியங்களில் குறிப்பிடப்படும் நடுகற்கள் புள்ளிமான்கோம்பையில் கிடைத்துள்ளதன் மூலம், சங்க இலக்கிய ஆய்வுகள் இன்னும் சிறப்பு பெறும்" என்பது பேராசிரியர்.கா.ராஜன் மற்றும் ஆய்வுக்குழுவினரின் கருத்தாகும்.

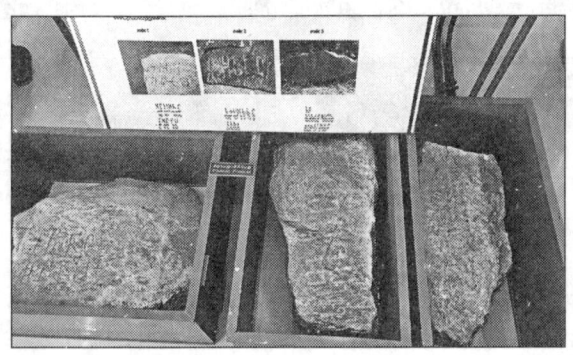

மூன்றடி உயரமும், ஒன்று முதல் ஒன்றரை அடி வரை அகலமும் உள்ள இந்நடுகற்கள் சங்ககாலத்தைச் சேர்ந்த முதுமக்கள் தாழிகளின் மேல் செய்யப்படும் ஈமச்சின்னங்களின் ஒரு பகுதியாகும்.

இந்நடுகற்களைப் பற்றி ஆய்வாளர் ஐராவதம் மகாதேவன் அவர்கள் கீழ்க்கண்ட சிறப்புகளைக் கூறுகிறார்.

❖ இந்தியாவிலேயே இதுவரை கண்டுபிடிக்கப்பட்ட நடுகற்களில் பொ.ஆ.மு. 2ஆம் நூற்றாண்டைச் சார்ந்த இவையே மிகவும் பழமையானவையாகும்.

❖ இக்கல்வெட்டுகள் பிராகிருத மொழிக் கலப்பின்றித் தமிழில் எழுதப்பட்டுள்ளது இவற்றின் தனிச்சிறப்பாகும்.

❖ இக்கல்வெட்டுகள் மதுரையில் இருந்து தொலைவில் (அக்காலத்தில் காடுகள் சூழ்ந்திருந்த) ஒரு சிற்றூரில்

கிடைத்திருப்பது சங்க காலத்திலேயே தமிழகத்தில் பரவலாக எழுத்தறிவு இருந்தது என்பதற்கான உறுதியான சான்றுகளாகும்.

நடுகற்களின் எழுத்துப்பொறிப்புகள்

முதல் நடுகல்

.. அன் ஊர் அதன் ... ன் அன் கல் என்ற எழுத்துகள் பொறிக்கப்பட்டுள்ளன.

இந்த நடுகல்லின் முன்பகுதி உடைந்து போய் உள்ளது. இது சண்டையில் மரணமடைந்த வீரன் ஒருவருக்காக வைக்கப்பட்ட நடுகல் என்பதைத் தவிர, வேறு எதையும் இதன் மூலம் உறுதி செய்ய இயலவில்லை.

இரண்டாம் நடுகல்

கல் பேடு தீயன் அந்தவன் கூடலூர் ஆகோள்

எனும் வரிகளோடு உள்ள இந்த நடுகல் குறித்து விரிவாக பிறகு பார்க்கலாம்.

மூன்றாம் நடுகல்

வேள் ஊர் அவ்வன் பதவன்

. . இதனை பேரா.கா.ராஜன் கீழ்க்கண்டவாறு விவரிக்கிறார். "வேள் ஊரைச் சேர்ந்த பதவன் அவ்வன் என்பவனுக்கு எடுக்கப்பட்ட நடுகல் எனப் பொருள் கொள்ளலாம்."

இக்கல்வெட்டுகள் தற்போது தமிழ்ப் பல்கலைக்கழகத்தில் பாதுகாக்கப்படுகின்றன.

நடுகல் என்ன சொல்கிறது?

பொ.ஆ.மு. 3 முதல் பொ.ஆ. 3 வரையுள்ள காலத்தை சங்க காலம் என்று ஆய்வாளர்கள் குறிப்பிடுகின்றனர். சங்ககாலத்தின் இலக்கியங்களில் சிற்றரசர்கள் மற்றும் குழுக்களுக்கு இடையிலான போரின் ஒரு பகுதியாக ஆநிரை கவர்தல் பின்பற்றப்பட்டுள்ளது. ஆநிரை கவர்தல் என்றால் எதிர்தரப்பின் மாடுகள் உள்ளிட்ட கால்நடைகளை கைப்பற்றிக் கொண்டு வந்து விடுவதாகும்.

சங்ககாலப் போர்கள் ஆநிரை கவர்தலில் துவங்கி, பின்பு எதிர் தரப்பிலிருந்து ஆநிரை மீட்டலுக்காக சண்டையிடுவார்கள். இவ்வகைப் போர்களின் ஒவ்வொரு நிலைக்கும் தனித்தனியான

பெயர்களும், அடையாளங்களும் உள்ளன. சங்ககாலப் போரின் நிலைகள் குறித்து புறநானூறு, தொல்காப்பியம் போன்ற நூல்களில் விரிவான பாடல்கள் காணக் கிடைக்கின்றன.

உதாரணமாக, ஆநிரை கவர்தலை வெட்சித் திணை என்றும், அவற்றை மீட்டு வருவதை கரந்தைத் திணை என்றும் சங்க இலக்கியங்கள் குறிப்பிடுகின்றன.

இப்படி இலக்கியங்களில் சிறப்பு பெற்ற போரான ஆநிரை கவர்தலில் இறந்து போன வீரர்களுக்கு நடுகல் வைத்து, அஞ்சலி செலுத்தும் முறை சங்ககாலத் தமிழர் வாழ்வியலில் இருந்திருக்கிறது. ஆநிரை கவர்தல் மீட்டல் எனும் இப்போர்களை ஆகோள் என்றும் சங்க இலக்கியங்கள் குறிப்பிடுகின்றன. அப்படி, நடைபெற்ற ஆகோளில் இறந்து போன வீரர்களின் நினைவாக வைக்கப்பட்ட நடுகற்களே ஆண்டிபட்டி புள்ளிமான் கோம்பையில் கிடைத்தவை.

இப்போது இரண்டாவது நடுகல் எழுத்துகளுக்கான விளக்கத்திற்கு வருவோம். இந்த நடுகல்லில் கீழ்க்கண்ட வரிசையில் சொற்கள் அமைந்திருக்கின்றன.

கல்

பேடு தீயன் அந்தவன்

கூடல்ஊர் ஆகோள்

இதற்கான விளக்கத்தை பேரா.கா.ராஜன் அவர்கள் கீழ்க்கண்டவாறு தருகிறார். "பேடு என்னும் ஊரைச் சேர்ந்த தீயன் அந்தவன் எனும் வீரன் கூடலூரில் நடந்த ஆகோளில் மரணமடைந்ததை நினைவு கூரும் நடுகல் இது".

"பேடு எனும் ஊரைச் சேர்ந்த தீயனின் மகனான அந்தவன் கூடலூரில் ஆவினங்களைக் கவர்ந்து வருகையில் வீர மரணம் எய்தினான். அவனுடைய வீரச் செயலைப் போற்றும் நடுகல் இது. தீயன் எனும் பெயர் அக்கினிக் குலத்தைச் சேர்ந்த சேர மன்னன் மரபுடன் தொடர்புடையது " என்று விளக்குகிறார் ஆய்வாளர் நடன காசினாதன்.

மேற்கண்ட விளக்கங்களில் இருந்து வேறுபட்டு, ஆய்வாளர். ஐராவதம் மகாதேவன் அவர்கள் பின்வருமாறு விவரிக்கிறார்.

"தீயர் என்ற இனத்தை சேர்ந்த அந்துவன் என்பவன் ஆநிரை கவர்ந்த பூசலில் கூடலூரில் வீழ்ந்து மாண்டான். அவனுடைய நினைவாக இக்கல் வைக்கப்பட்டுள்ளது." இந்த வரிகளுக்காக

கீழ்க்கண்ட சில விளக்கங்களை கூடுதலாக முன்வைக்கிறார் ஐராவதம் மகாதேவன் அவர்கள்.

1. அந்தவன் என்பது அந்துவன் என்ற பெயரின் மாற்றுரு. திருப்பரங்குன்றத்தில் கிடைத்துள்ள தமிழி கல்வெட்டிலும், புறநானூற்றுப் பாடல்களிலும் அந்துவன் எனும் பெயர் காணப்படுவதால், இதனை அவ்வாறே கொள்ளலாம்.
2. நடுகல்லின் வரிகளை கீழிருந்து மேலாக வாசித்து பொருள் கொள்ள வேண்டும். கல் என்பது நடுகல்லையும், "பேடு" என்பது "பெட்ட" (இறந்த) என்ற மலையாளச் சொல்லின் திரிபான "படு" என்று எடுத்துக் கொள்ளலாம் எனவும், தீயன் என்பது இப்போதும் கேரளாவில் வாழும் ஒரு இனத்தின் பெயர் என்பதால் இச்சொல்லை இனமாக எடுத்துக் கொள்ளலாம்.
3. மலையாளச் சொல் மற்றும் கேரள இன சொற்கள் இக்கல்வெட்டில் பயன்படுத்தப்பட்டிருப்பதற்குக் காரணம் புள்ளிமான் கோம்பை தேனி மாவட்டத்தைச் சேர்ந்த ஊர். இம்மாவட்டம் கேரள எல்லையில் அமைந்துள்ளதால் பெட்ட என்பதை பட்டான் (இறந்து பட்டான்) எனப் பொருள் வரும் "படு" எனவும், தீயன் என்பதை இனமாகவும் எடுத்துக் கொள்ளலாம்.

நடுகல் ஒரு மீள்வாசிப்பு

ஆய்வாளர் ஐராவதம் மகாதேவன் அவர்கள் முன்வைத்துள்ள மேற்கண்ட கருத்துகளிலும், கல்வெட்டிற்கான பொருள் கொள்வதிலும் சிறிய முரண்கள் இருப்பதை தேனி மாவட்டம் சார்ந்த யாராலும் புரிந்துகொள்ள முடியும்.

அந்துவன் எனும் பெயர் அந்தவன் என்று பொறிக்கப்பட்டுள்ளது என்பதை அக்காலத்தின் எழுத்துப் பொறிப்பு முறைகளின் மூலம் அறிந்து கொள்ள முடிகிறது என்பதால் அதனை ஏற்கலாம்.

இதுவரை கண்டுபிடிக்கப்பட்ட எந்த நடுகல்லிலும் சொற்களின் இறுதியில்தான் கல் என்று சொல் இடம்பெற்றுள்ளது. இது நடுகல் எனும் பொருளில் அமைந்திருக்கிறது. ஆனால், புள்ளிமான் கோம்பை நடுகல்லில் கல் எனும் சொல் துவக்கத்திலேயே வருவதால் அது நடுகல்லைக் குறிப்பதற்கான வாய்ப்பு குறைவு. அதற்கு அடுத்த எழுத்துகளோடு சேர்த்துப் பொருள் கொண்டால், கல் பேடு (கல்பேடு) என்பது ஊரின் பெயராக இருக்கலாம். பேடு என்பது ஆய்வாளர் ஐராவதம் அவர்களின் கூற்றுப் படி "பெடு" வாக இருக்க முடியாது. இதற்கு இரண்டு காரணங்கள் இருக்கின்றன.

1. நடுகல்லின் காலமாக கணிக்கப்படுகிற சுமார் 2300 ஆண்டுகளுக்கு முன்பு, கேரள எல்லை இப்போதிருக்கும் இடத்தில் இல்லை. புள்ளிமான் கோம்பை ஆண்டிபட்டியில் இருந்து சுமார் 19 கி.மீ. தூரத்தில் அமைந்துள்ளது. இன்றைய காலத்தில் கூட, மலையாளச் சொல் புழக்கம் கேரள எல்லையில் இருக்கும் கம்பம் நகரில் கூட குறைவுதான். தேனியில் மலையாளச் சொல்லினை தமிழ் மக்கள்

பயன்படுத்துவது என்பது முற்றிலுமாக இல்லை. தேனியைத் தாண்டி பல கி.மீ தூரத்தில் அமைந்திருக்கிறது ஆண்டிபட்டி. அதிலிருந்து உட்பகுதியிலுள்ள சிற்றூரான புள்ளிமான் கோம்பையில் மலையாளச் சொற்கள் பயன்பாடு என்பது சாத்தியமே இல்லை. 1950களில் மொழிவாரி மாநிலங்கள் பிரிக்கப்பட்ட போதுதான் இப்போதிருக்கும் கேரள எல்லை குமுளியில் உருவானது. அதற்கு முன்பு, இடுக்கி மாவட்டத்தின் பெரும்பகுதிகள் தமிழகத்தோடுதான் இருந்தன. எனவே, புள்ளிமான் கோம்பையில் இருந்து நூற்றுக்கணக்கான கி.மீ.களுக்கு அப்பால் அமைந்திருந்தது அப்போதைய கேரள எல்லை. எனவே, மலையாளச் சொல் தமிழ் மக்கள் புழக்கத்தில் இருந்திருக்க வாய்ப்பில்லை.

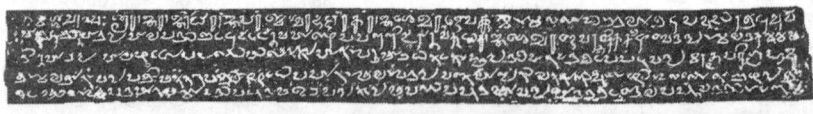

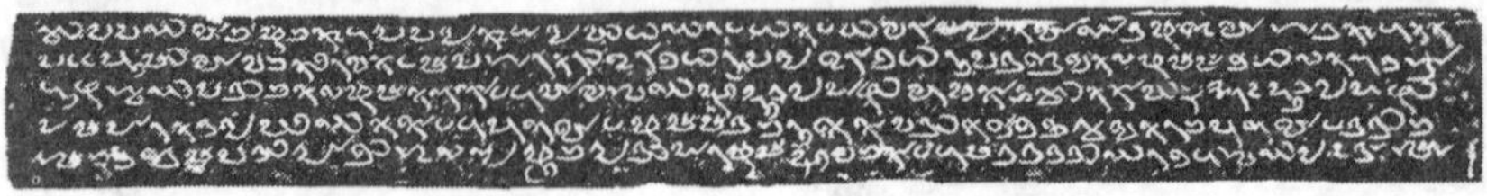

2. மலையாளம் எனும் மொழி தமிழின் கிளை மொழியாக உருவானது. புள்ளிமான் கோம்பை நடுகல்லின் காலத்தில் மலையாள மொழி என்று ஒன்று இருந்ததற்கான எந்த ஆதாரமும் இல்லை. மலைநாடு எனும் சேர நாட்டுப் பகுதியிலும் தமிழ்தான் பேசும் மொழியாக இருந்திருக்கிறது. மலையாள எழுத்து மொழியின் முதல் ஆதாரமே பொ.ஆ. 830ஆம் ஆண்டுதான் கண்டுபிடிக்கப்பட்டுள்ளது. கோட்டயம் மாவட்டம் சங்கனாச்சேரியில் வழப்பள்ளி செப்பேட்டில்தான் மலையாள மொழி முதன் முதலாகக் கண்டுபிடிக்கப்பட்டுள்ளது. அதிலும் மலையாள மொழி வட்டெழுத்திலும், கிரந்த எழுத்திலும் எழுதப்பட்டிருந்தது. தமிழில் இருந்து பிற்காலத்தில் பிரிந்தும், திரிந்தும் உருவான மலையாள மொழிச் சொல் சங்க காலத்தைச் சேர்ந்த நடுகல்லில் இருந்திருக்கிறது என்பது கற்பனையான ஒன்றாகவே தோன்றுகிறது.

எனவே, இந்த நடுகல்லுக்கான பொருளை ஆய்வாளர்கள் கா.ராஜன் மற்றும் நடன காசிநாதன் ஆகியோரின் ஆய்வுகளின் அடிப்படையில் கீழ்க்கண்டவாறு கொள்ளலாம்.

"கல்பேடு அல்லது பேடு எனும் ஊரைச் சேர்ந்த தீயனின் மகனான அந்துவன் கூடலூரில் ஆவினங்களைக் கவர்ந்து வருகையில் வீரமரணம் எய்தினான். அவனுடைய வீரச் செயலைப் போற்றும் நடுகல் இது."

இந்த நடுகல்லோடு தொடர்புடைய இன்னொரு ஆச்சரியமான செய்தி ஒன்றும் இருக்கிறது. மலையாள மொழிக்கு செம்மொழித் தகுதியை மத்திய அரசு அளித்தது புள்ளிமான் கோம்பை நடுகல்லில் மலையாளச் சொல் பயன்படுத்தப்பட்டிருக்கிறது என்ற ஆதாரத்தின் அடிப்படையிலும்தான்.

நடுகற்களின் காலம்

- ❖ நடுகற்களின் காலத்தினை பொ.ஆ.மு. இரண்டாம் நூற்றாண்டின் துவக்கம் என கணித்துள்ளார் ஆய்வாளர் ஐராவதம் மகாதேவன்.
- ❖ முனைவர். கா.ராஜன் இந்நடுகற்களின் காலத்தினை பொ.ஆ.மு. நான்காம் நூற்றாண்டு என கணித்துள்ளார்.
- ❖ ஆய்வாளர் நடன காசிநாதன் நடுகற்களின் காலமாக முன்வைப்பது பொ.ஆ.மு. மூன்றாம் நூற்றாண்டு.

ஆக, குறைந்தபட்சம் சுமார் இரண்டாயிரத்து இருநூறு ஆண்டுகளுக்கு முற்பட்டதாகவும், அதிகபட்சமாக சுமார் இரண்டாயிரத்து நானூறு ஆண்டுகளுக்கு முற்பட்டதாகவும் புள்ளிமான் கோம்பை நடுகற்கள் இருக்கலாம் என்ற முடிவிற்கு வரலாம்.

புலிமான் கோம்பையா..? புள்ளிமான் கோம்பையா..?

நடுகல் கண்டுபிடிக்கப்பட்டபோது, அதனை வெளியிட்ட ஆய்வாளர்கள், புலிமான் கோம்பை என்றே ஆவணங்களிலும், ஆய்வு குறித்த நூல்களிலும் குறிப்பிட்டுள்ளனர். இந்த நடுகல் குறித்து எழுதப்பட்ட எல்லாக் கட்டுரைகளிலும் புலிமான் கோம்பை என்றே இன்று வரை குறிப்பிடப்பட்டு வருகிறது. ஆனால், இவ்வூரின் பெயர் புள்ளிமான் கோம்பை என்பதாகும்.

1. தமிழக அரசின் நெடுஞ்சாலைத் துறை ஆவணங்கள் மற்றும் அரசின் ஊர்ப் பெயர்ப் பட்டியலிலும், உள்ளூர் ஊராட்சி ஆவணங்களிலும் புள்ளிமான் கோம்பை என்றே உள்ளது.

2. ஒவ்வொரு ஊரின் பெயருக்குப் பின்னும் காரணம் இருக்கும். அப்படி புள்ளிமான் கோம்பை எனும் பெயர் இந்தப் பகுதிக்கு வந்ததன் காரணம், அங்குள்ள ஓடையில் தண்ணீர் குடிக்க புள்ளிமான்கள் வந்து போகும் பகுதியாக இருந்ததே என்று கிராம மக்கள் தெரிவிக்கின்றனர். கோம்பை என்பது மலையை ஒட்டிய சிற்றூரைக் குறிக்கும் சொல்லாகும். தேனி மாவட்டத்தில் வேலப்பர் மலைக்கு அருகில் உள்ள ஊர் பாலக்கோம்பை எனவும், பண்ணைப்புரம் அருகில் அமைந்திருக்கும் மலைக்கு கீழுள்ள ஊரின் பெயர் கோம்பை எனவும் அழைக்கப்படுவதை உதாரணமாகச் சொல்லலாம்.

3. புலிமான் கோம்பை என ஊரின் பெயர் வருவதற்கான சாத்தியக்கூறுகள் மிகவும் குறைவு. தேனி மாவட்ட காடுகளில் வாழும் காட்டுயிர்களில் புலி எப்போதுமே கிடையாது.

4. புள்ளி மான் என்ற சொல்லினை புல்லி மான் என்று எழுதுவதும், சில இடங்களில் ஒற்றெழுத்தை விட்டு விட்டு புலிமான் என்று எழுதுவதும் கிராம மக்களின் வழக்கத்தில் இருந்திருக்கிறது. ஆனால், இந்த சொல்லை உச்சரிக்கும் போது புள்ளிமான் என்றே சொல்கின்றனர்.

இன்றும் தொடரும் நடுகல் மரபு

சங்ககால மக்கள் பழக்கத்தின் தொடர்ச்சியாக புள்ளிமான் கோம்பை பகுதியில் வாழும் ஒரு சமூக மக்கள் இப்போதும் இறந்தவர்களுக்கு நடுகற்களை வைக்கின்றனர். இஸ்லாமியர்கள் அல்லது கிறிஸ்துவர்கள் இறந்த உடலைப் புதைத்த இடத்தில் அடையாளக் கற்களை நட்டு வைப்பார்கள். புள்ளிமான் கோம்பை நடுகற்கள் அப்படியானவை அல்ல. இறந்தவர்களுக்கான ஈமச்சடங்குகளை சுடுகாட்டில் வழக்கம் போல் செய்கின்றனர். புள்ளிமான் கோம்பையின் எல்லைப்பகுதியில் (இப்போது பேருந்து நிறுத்தமாக இருக்கிறது) எல்லைக் கோவில் அருகில் இறந்தவரின் நினைவாக ஒரு கல்லை நட்டு வைக்கின்றனர்.

மிகப் பழைய கற்களில் பெயர்கள் எதுவும் பொறிக்கப்படவில்லை. பின்னர் இறந்தவர் பெயரைக் குறிப்பிடும் ஒன்றிரண்டு எழுத்துகளும்,

தொடர்ந்து முழுப்பெயரையும் இறந்த தேதியையும் குறிப்பிடும் வழக்கம் வந்திருக்கிறது. இப்போதும் புள்ளிமான் கோம்பையில் வாழும் குறிப்பிட்ட சமூகத்தினர் இந்த நடுகல் வைக்கும் பழக்கத்தைத் தொடர்கின்றனர்.

அதேபோல, சின்னமனூருக்கு அருகில் இருக்கும் கீழப்பூலானந்தபுரம் எனும் சிற்றூரிலும், ஒரு சமூகத்தைச் சேர்ந்த மக்கள் குறிப்பிட்ட குடும்பத் தலைவர்கள் இறந்துவிடும்போது நடுகல் வைக்கும் பழக்கத்தை இப்போதும் தொடர்கின்றனர்.

பின்குறிப்பு

தேனி மாவட்டத்தில் அமைந்துள்ள புள்ளிமான் கோம்பையில் இருந்து சுமார் ஐந்து கி.மீ தூரத்தில் தாதப்பட்டி எனும் சிற்றூர் அமைந்துள்ளது. இது வைகை ஆற்றின் தென் கரையில் அமைந்துள்ளது, மாவட்ட எல்லையின்படி இது திண்டுக்கல் மாவட்டத்தைச் சேர்ந்தது. இங்கும் புள்ளிமான் கோம்பையைப் போன்றே, தமிழி எழுத்துப் பொறிப்புள்ள ஒரு நடுகல் கண்டுபிடிக்கப்பட்டுள்ளது.

துணை நூல்கள்:

1. புலிமான்கோம்பை சங்ககால நடுகற்கள், ஆவணம் 17, கா.ராஜன், வி.பி.யதீஸ் குமார், சி.செல்வகுமார், தமிழகத் தொல்லியல் கழகம், 2006.

2. தமிழ் பிராமி நடுகற்கள்: பாராட்டும் மீளாய்வும், ஆவணம் 17, ஐராவதம் மகாதேவன், தமிழகத் தொல்லியல் கழகம், 2006.

3. புலிமான்கோம்பை தாதப்பட்டி நடுகற்கள், கல்வெட்டுக்கலை பொ.இராசேந்திரன், சொ.சாந்தலிங்கம், நியூ செஞ்சுரி புக் ஹவுஸ், 2017.

4. புறப்பொருள் வெண்பாமாலை, புறநானூறு, தொல்காப்பியம்

5. வாழப்பள்ளி செப்பேடுகள் விக்கிபீடியா

6. மலையாளத்தின் முற்காலம் வர்ணம் ஆங்கில வலைப் பக்கம்

7. தமிழக வரலாற்று ஆவணங்கள், முனைவர் மா.பவானி, தமிழ்ப் பல்கலைக்கழகம், 2017

8. கல்வெட்டு நிழற்படங்கள்: தமிழ் இணையக்கல்விக் கழக நூலகம்

சங்க கால ஈமக்காடு

($9^{\circ}39' 12 N - 77^{\circ} 16' 27' E$)

தேனி மாவட்டம், கூடலூருக்கு அருகில் அமைந்துள்ளது குள்ளப்பக் கவுண்டன்பட்டி (கே.ஜி.பட்டி). இவ்வூரின் தென்புறம் உள்ள மட்டப்பாறை புலம்பெருமாள் கோயில் அடிவாரத்தில் வேளாண் நிலங்களும், தென்னந்தோப்புகளும் உள்ளன. 2020ஆம் ஆண்டு மே மாதம் நிலத்தை சமப்படுத்தும் பணி நடைபெற்றபோது மண்பானையின் உடைந்த பகுதிகள் கிடைத்தன. தென்னந்தோப்பிற்கும், வேளாண் நிலத்திற்கும் இடையில் நான்கடி ஆழத்தில் வடிகால் வெட்டியபோது முதுமக்கள் தாழி கிடைத்துள்ளது.

முதுமக்கள் தாழியையும், பானைஓடுகளையும் பார்த்தவர்கள், நில உரிமையாளர்களிடம் தகவல் தெரி வித்துள்ளார். ஆய்வாளர் பாவெல் பாரதி (மோகன் குமாரமங்கலம்) அவர்கள் அழைக்கப்பட்டு, கிடைத்த பொருட்களை ஒருங்கிணைத்து அவற்றின் காலம் குறித்து ஆய்வு செய்தார்.

கிழக்கு மேற்காக இருபது அடி இடைவெளியில் வரிசையாக முதுமக்கள் தாழிகள் புதைக்கப் பட்டிருப்பதையும், அவற்றுக்கு மூடிகள் இருந்ததையும் ஆய்வாளர் உறுதி செய்தார். ஒவ்வொரு தாழியும் 65 முதல் 70 செ.மீ. விட்டம் கொண்டதாக இருக்கிறது. தாழிகளுக்குள் மனித எலும்புகளின் சிதைவுகளும், சங்ககால புழங்கு பொருட்களான மண்பாண்டங்கள் உடைந்த நிலையில் கிடைத்துள்ளன.

இங்கு கறுப்பு சிவப்பு மட்கல ஓடுகளும், கறுப்புப் பானை வகைகளும், சிவப்புப் பானை வகைகளும் கிடைத்துள்ளன. பெரும்பாலான சிவப்புப் பானைகளின் மேல் வண்ணக்கலவை பூசப்பட்ட மட்பாண்டங்களும் இருந்தன. நீர் வைக்கும் குடுவை, மூடு தட்டு, சுரைக்குடுவை போன்ற மட்பாண்டம், பிரிமனை ஆகியவை கிடைத்துள்ளன.

ஆய்வாளரின் தொடர் கள ஆய்வில், அங்கிருந்து தெற்கில் அரை கி.மீ தொலைவில் தாழிகள் புதைக்கப்பட்டிருப்பதையும், அவை பலகைக் கற்கள் கொண்டு மூடப்பட்டிருப்பதும் தெரியவந்தது. தற்போது வேளாண் நிலமாக உள்ள அப்பகுதியின் கற்களைப் பார்க்கும்போது, கல்வட்டங்களோ, கல் குவையோ இருந்திருக்க வேண்டும் என்றும், இது பத்து ஏக்கருக்கும் மேற்பட்ட பரப்பில் அமைந்திருக்கும் சங்ககால ஈமக்காடாக இருந்திருக்கலாம் என்றும் ஆய்வாளர் பாவெல் பாரதி பதிவு செய்துள்ளார்.

இந்த இடத்தின் தென்மேற்கில் ஒத்த வீட்டுக்களம் என்ற பகுதியில் இரும்புக் கால எச்சங்கள் கிடைத்துள்ளன. இவ்வூருக்கு அருகில் முல்லைப் பெரியாற்றின் வடகரையில் உள்ள கூடலூர் திரள்மேடு, தம்மணம்பட்டி, பூதிமேடு ஆகிய இடங்களும், கீழ்க்கரையில் உள்ள காமயகவுண்டன்பட்டி, நாராயணத் தேவன்பட்டி, சுருளிப்பட்டி, கருநாக்க முத்தன்பட்டி, எள்ளுக்காட்டுப் பாறை, ஊமையன் தொழு

ஆகிய இடங்களும் தொல்லியல் ஆய்வாளர்களால் இரும்புக்கால மக்களின் வாழ்விடங்களாக அடையாளம் காணப்பட்டுள்ளன.

நில உரிமையாளர்களும், மக்களும் பல ஆண்டுகளாகவே அங்கு தாழிகளும், மட்கல ஓடுகளும் கிடைத்துவருவதாகக் கூறுகின்றனர்.

துணை நூல்:

சங்ககால ஈமக்காடு கண்டுபிடிப்பு (இணையக் கட்டுரை), பாவெல்பாரதி, 2020

கண்ணகி கோட்டம்
(9° 35' 53 N - 77° 13' 19' E)

தேனி மாவட்டம், கம்பத்தில் இருந்து 15 கி.மீ. தொலைவில் கேரள எல்லையிலுள்ள மலைத்தொடரில் வேங்கைக்கானலில் (நெடுவேள் குன்றம்) கண்ணகி கோட்டம் அமைந்துள்ளது. கூடலூர் அருகில் உள்ள பளியன்குடி வழியாக அடர்ந்த வனப்பகுதி வழியாக 6.6. கி.மீ. செல்லும் ஒரு பாதையும், இடுக்கி மாவட்டம் குமுளியில் இருந்து 12 கி.மீ மலைப் பகுதி வழியாகச் செல்லும் இன்னொரு பாதையும் கண்ணகி கோட்டத்திற்கான பாதைகள் ஆகும்.

இளங்கோவடிகள் இயற்றிய சிலப்பதிகாரத்தை மையமாக வைத்து புகார் நகரம் முதல் மதுரை நகரம் வரை ஏராளமான ஆய்வுகள் நடைபெற்றிருக்கின்றன. ஆனால், மதுரையில் இருந்து நெடுவேள் குன்றம் எனப்படும் கண்ணகி கோயில் அமைந்திருக்கும் பகுதி வரைக்குமான ஆய்வுகள் ஆழமாக செய்யப் படவில்லை. மதுரையிலிருந்து கண்ணகி கோட்டம் வரையிலான பயண வழி துல்லியமாக

சிலப்பதிகாரத்தில் சொல்லப்படாததும், சிறு குறிப்புகள் மட்டுமே இருப்பதும் முழுமையாக ஆய்வு செய்யப்படாமைக்கான காரணம் என்று குறிப்பிட்டுள்ளார் ஆய்வாளர் பாவெல் பாரதி.

சிலப்பதிகாரக் குறிப்புகளைக் கொண்டு கண்ணகி கோட்டத்தை உறுதி செய்வதற்கான முயற்சிகளை மங்கலதேவி கண்ணகி கோட்ட சீரமைப்புக் குழுவினர் துவங்கினர். 1963ல் சீரமைப்புக் குழுவின் தலைவராக கூடல் தா.இராமசாமி, செயலாளர் இரா.கணபதிராசன் தமிழாதன், பொருளாளர் அக்கீம் மற்றும் செயற்குழு உறுப்பினர்கள் இணைந்து பல ஆய்வாளர்களால் தொகுக்கப்பட்ட கண்ணகி கோட்டம் குறித்த ஆய்வுக் குறிப்புகளைத் தொகுத்தும், கண்ணகி கோயிலுக்குச் சென்று ஆய்வு செய்தும் இடத்தை உறுதி செய்தனர். கரந்தை தமிழ்ச் சங்க பேராசிரியர் அறிஞர் சி. கோவிந்தராசனார் அவர்களை வரவழைத்து, 1963ல் கண்ணகியின் வழித்தடம் குறித்த ஆய்வினை உறுதி செய்தனர். மதுரையின் மேற்கு கோட்டை வாசல் வழியாகக் கிளம்பிய கண்ணகி நாகமலை புதுக்கோட்டை, செக்கானூரணி, உசிலம்பட்டி, ஆண்டிபட்டி, தேனி குன்னூர், தேனி, சின்னமனூர், உத்தமபாளையம், கம்பம், கூடலூர் வழியாக நெடுவேள் குன்றத்தை அடைந்திருப்பதாக அவர் முடிவுக்கு வந்தார். 1966 நவம்பர் 17ஆம் தேதி கண்ணகி கோட்டம் அமைந்திருக்கும் பகுதியை அறிவித்தார். அப்பகுதி மக்களால் வழிபடப்பட்டு வந்த அம்மன் கோயில்தான் கண்ணகி கோயில் என்று முடிவு செய்யப்பட்டது. இப்படித்தான் கண்ணகி கோட்டம் அடையாளம் காணப்பட்டது. 2018ஆம் ஆண்டு ஆய்வாளர் பாவெல் பாரதியின் "கண்ணகி கோவிலும், வைகைப் பெருவெளியும்" எனும் ஆய்வு நூல் இவ்வழித்தடத்தை தகுந்த காரணங்களோடு மறுத்து, புதிய வழித்தடத்தை தெளிவுபடுத்தியிருப்பது முக்கியமான ஒன்று.

இங்கு அமைந்துள்ள கண்ணகி கோயில் சங்ககாலத்தில் சேரன் செங்குட்டுவனால் இமயத்திலிருந்து கல்லெடுத்து வந்து கட்டப்பட்டது என்பது இலக்கியக் கூற்றும், நம்பிக்கையும் ஆகும். இமயமலையின் கற்கள் கட்டுமானத்திற்கு உகந்தது அல்ல என்ற கருத்தும், சேரன் செங்குட்டுவன் காலத்து புற ஆதாரங்கள் எதுவும் இல்லையென்றாலும்கூட, ஆதி கண்ணகி கோயில் சிறிய அளவில் அங்கு அமைந்திருக்கும் வாய்ப்பு அதிகம். சேரன் செங்குட்டுவன் அக்கால மரபுப் படி நடுகல்லை நட்டு வழிபட்டிருக்க வேண்டும் என்றும், பிற்காலத்தில் கண்ணகி சிலை கோயிலில் நிறுவப்பட்டிருக்கும் என்றும் கூறுகிறார் சீரமைப்புக் குழுவின் செயலாளரும், ஆய்வாளருமான தமிழாதன் அவர்கள். சங்க கால சிறு கோயில் அமைப்பில் இருந்த கண்ணகி கோயில் சோழர்கள் காலத்தில் பெரிய கட்டுமானங்களோடு அமைக்கப்பட்டிருக்கும் என்பது ஆய்வாளர்களின் கருத்து. அப்பகுதியில் வாழும் பளியர் எனும் பழங்குடி மக்களால் வணங்கப்பட்டு வந்த கண்ணகி, சோழர் காலத்திற்குப் பிறகு அனைத்து மக்களாலும் வழிபடப்படும் தெய்வமாக மாறினார்.

கூடலூரில் அமைந்துள்ள அழகர்சாமி கோயிலின் (அழகிய பெருமாள்) பிற்கால கல்வெட்டில் குலசேகர நாயனார் (பொ.ஆ. 1658) கண்ணகி கோயில் பணிகளுக்காக பல நூறு ஏக்கர் நஞ்சை நிலங்களை மானியமாக எழுதிவைத்ததைத் தெரிவிக்கிறது.

கண்ணகி கோட்டத்தின் அமைப்பு

கண்ணகி கோட்டத்தின் அமைப்பும் ராஜ ராஜ சோழன் கட்டிய தஞ்சை பெரிய கோயிலின் அமைப்பும் ஒரே விதத்தில் அமைந்துள்ளன. கூடலூர் அழகர்சாமி கோயிலும் அதே அமைப்பிலேயே உள்ளது. இம்மூன்று கோயிலின் கற்கட்டடங்களும் சோழர் கால அமைப்புகளை ஒத்திருக்கின்றன. மொத்தப் பகுதியும்

உருக்குலைந்தும், சிதைந்தும் காணப்படுகிறது. சுற்றுச் சுவர்களின் பல பகுதிகள் கற்குவியல்களாகக் காட்சியளிக்கின்றன.

கண்ணகி கோட்டத்தில் அமைந்திருக்கும் நீர்ச்சுனைக்கு மேற்பகுதியில் வடக்கு வாசல் அமைந்துள்ளது. இருபுறமும் திண்ணைகளோடும், செதுக்கப்பட்ட கல் தூண்களோடும், உயரமான படிக்கட்டுகளுடன் வடக்கு வாசல் அமைந்துள்ளது. தூண்களின் மேற்பகுதி சிதைந்த நிலையில் காணப்படுகின்றன. இவ்வாசலைத் தொடர்ந்து அமைந்துள்ள முற்றத்தில் நான்கு கோயில்கள் அமைந்துள்ளன. கண்ணகி கோயில் 320 அடி நீளமும், 220 அடி அகலமும் கொண்டதாக அமைந்துள்ளது. 10 அடி நீளமும், 2 அடி அகலமும், ஒன்றரை அடி உயரமுள்ள கற்களைக் கொண்டு சுற்றுச் சுவர்கள் எழுப்பப்பட்டுள்ளன. கோயிலின் அடிப்பகுதி பள பளப்பாக்கப்பட்ட கற்களாலும், மேல்பகுதி கல் விதானத்தாலும் உருவாக்கப்பட்டுள்ளது. தலைப்பகுதி சேதமடைந்திருந்த இரண்டடி சிலை அமர்ந்த நிலையில் இருந்தது. இப்போது சிலை காணாமல் போய்விட்டது. இக்கோயிலில் கல்வெட்டுகள் காணப்படுகின்றன.

இரண்டாவது கோயில் பழமையான மூலக் கோயிலாகும். இதுவே சேரன் செங்குட்டுவனால் கட்டப்பட்டதாக இருக்கலாம் என்று ஆய்வாளர்கள் தெரிவிக்கின்றனர். இங்கு அமைந்துள்ள கண்ணகி சிலை சேதமடைந்த நிலையில் காணப்படுகிறது.

மூன்றாவது கோயிலாக சிவன் கோயில் அமைந்துள்ளது. இதுவும் கற்களால் கட்டப்பட்டது. இதன் காலம் ஏழாம், எட்டாம் நூற்றாண்டாக இருக்கலாம். இங்குதான் ராஜராஜசோழனின் கல்வெட்டு இடம்பெற்றுள்ளது. முன்பு லிங்கம் இருந்ததாக சொல்லப்படும் இடத்தில், தற்போது கேரள அரசு துர்கை சிலையை வைத்துள்ளது.

நான்காவது கோயில், தெற்கு வாசல் அருகில் வடக்கு நோக்கி அமைந்துள்ளது. மற்ற மூன்று கோயில்களும் கிழக்கு நோக்கி அமைந்துள்ளன. சுற்றுச்சுவர்களில் வட்டெழுத்துக்

கல்வெட்டுகள் அமைந்துள்ளன. கோயிலின் அடிப்பகுதியிலும் கல்வெட்டுகள் காணப்படுகின்றன. இருபுறமும் யானை நிற்பது போன்ற கற்சிலைகளோடு படிக்கட்டுகள் அமைக்கப்பட்டுள்ளன.

கல்வெட்டுச் செய்திகள்

கண்ணகி கோட்டத்தின் சுவர்களில் ஆறு கல்வெட்டுகளும், கோயிலுக்குள் இரண்டு கல்வெட்டுகளும் அமைந்துள்ளன. மத்திய தொல்லியல் துறையின் கல்வெட்டு ஆய்வாளர் கே.ஜி.கிருஷ்ணன் 1966ஆம் ஆண்டில் இக்கல்வெட்டுகளைப் படியெடுத்து, (ARN 277 & 284 of 1966) பதிவு செய்துள்ளார். இதன் பிறகு 2017ஆம் ஆண்டு கிழக்கு நோக்கிய சன்னிதானத்திற்கு எதிரே இருக்கும் சுவரின் அடிப்பகுதியில் பாண்டியர் கால கல்வெட்டு ஒன்று கிடைத்துள்ளது. கண்ணகி கோட்ட கல்வெட்டுகளின் எண்ணிக்கை ஒன்பது ஆகும். மொத்த கல்வெட்டுகளில் சோழர் கல்வெட்டுகள் இரண்டும், பாண்டியர் கல்வெட்டுகள் ஏழும் உள்ளன.

ராஜ ராஜ சோழனுடைய வட்டெழுத்துக் கல்வெட்டுகள் இரண்டும் பொ.ஆ. 989ஆம் ஆண்டைச் சேர்ந்தவை. சோழப் பேரரசன் ராஜ ராஜ சோழன் சேர நாட்டை வென்று, இப்பகுதி வழியாக வரும் போது வெண்வேலான் குன்றில் அமைந்துள்ள இக்கோயிலுக்கு வந்து வழிபட்டதாகவும், கோயிலுக்கான அற நிவந்தங்களும், மானியங்களும் வழங்கியதாக இக்கல்வெட்டுகள் குறிப்பிடுகின்றன. இக்கல்வெட்டில் தெய்வத்தின் பெயர் ஸ்ரீ பூரணி என்று குறிப்பிடப்பட்டுள்ளது.

கோயிலுடைய வாயில் நிலைச்சட்டத்தில் அமைந்துள்ள கல்வெட்டுகளும், கீழ்தளக் கல்லில் ஐந்தடி உயர சதுரக் கல்வெட்டும் 12ஆம் நூற்றாண்டைச் சேர்ந்தவையாகும். குலசேகரப்பாண்டியனின் (பொ.ஆ.1268) கல்வெட்டு ஒன்றில் கோவில் அமைந்துள்ள இம்மலை ‘பூரணகிரி’ என்றும், தெய்வத்தின் பெயர் ‘ஸ்ரீ பூரணகிரி ஆளுடைய நாச்சியார்’ என்றும் குறிப்பிடப்பட்டுள்ளது.

கண்ணகி கோட்டத்தில் இதுவரை கண்டுபிடிக்கப்பட்டுள்ள 9 கல்வெட்டுகளிலும், இக்கோயில் குறித்த கூடலூர் அழகர் கோயில் கல்வெட்டிலும் பூரணி, ஆளுடைய நாச்சியார், உடைய நாச்சியார், காவிதிப் பெண் ஆளுடைய நாச்சியார், மங்கல தேவி எனும் பெயர்களே தெய்வத்தின் பெயர்களாகக் குறிப்பிடப்பட்டுள்ளன. இக்கோயில் குறித்த பல கட்டுரைகளில் குறிப்பிடப்படுவதைப் போல நேரடியாக ‘கண்ணகி’ எனும் பெயர் கல்வெட்டுகள் எதிலும் இடம்பெறவில்லை. சங்க இலக்கியச் சான்றுகளின் அடிப்படையிலும், சிலப்பதிகாரத்தில் இடம் பெற்றுள்ள நிலவியல் அடிப்படையிலும், உள்ளூர் மக்களின் வழிபாட்டு முறைகள் மற்றும் நாட்டார் வழிபாடு, கதைகளின் மூலமும் இது கண்ணகி கோயில் என்று ஆய்வாளர்களால் உறுதி செய்யப்படுகிறது.

தமிழக கேரள அரசுகளின் எல்லைப் பிரச்னையால் ஆண்டிற்கு ஒருமுறை மட்டுமே இக்கோயில் வழிபாட்டிற்காகத் திறந்துவிடப்படுகிறது. முறையான பராமரிப்பின்றி, ஒவ்வொரு ஆண்டும் கோயில் மேலும் மேலும் சிதைந்துகொண்டே இருக்கிறது.

துணை நூல்கள்:

1. வரலாற்று நோக்கில் மங்கலதேவி கண்ணகி கோட்டம், இரா. கணபதிராசன் தமிழாதன், நியூ செஞ்சுரி புக் ஹவுஸ், 2019.
2. வைகைக் கரை வரலாற்றுச் சுவடுகள், சோ.பஞ்சுராஜா, மணிமேகலைப் பிரசுரம், 2017.
3. கண்ணகி கோயிலும், வைகைப் பெருவெளியும், பாவெல் பாரதி, கருத்து பட்டறை, 2018.

பாண்டியர் முத்திரை நாணயங்கள்

போடி நாயக்கனூரில் பொ.ஆ. பத்தொன்பதாம் நூற்றாண்டில் ஒரு புதையல் கிடைத்தது. இதில் பொ.ஆ.மு. மூன்றில் இருந்து இரண்டாம் நூற்றாண்டைச் சேர்ந்த பாண்டியர் முத்திரை நாணயங்கள் கிடைத்தன. பாண்டியர்களின் ஆட்சி எல்லைக்குட்பட்ட பகுதிகளில் மௌரியர்களின் முத்திரை நாணயங்களும் பயன்பாட்டில் இருந்தன என்பதற்கு ஆதாரமாக இப்புதையலில் தேய்ந்துபோன மௌரியர் முத்திரை நாணயங்களும் கண்டெடுக்கப்பட்டன. முத்திரை நாணயங்கள் அனைத்தும் சென்னை அரசு அருங்காட்சியகத்தின் நாணயக் கண்காட்சியில் பாதுகாக்கப்படுகின்றன.

பாண்டியர் முத்திரை நாணயங்களின் ஒருபுறத்தில் பாண்டியர்களின் அரசச் சின்னமான மீன் கோட்டு ருவமாக பொறிக்கப்பட்டுள்ளது. இன்னொரு புறத்தில் ஐந்து குறியீடுகள் இடம்பெற்றுள்ளன. ஸ்தூபம்,

கோடரி, செடி, வட்டத்தில் இருந்து வெளிப்படும் இரண்டு பிறைச் சின்னங்கள் ஆகியவை குறியீடுகளாகக் காணப்படுகின்றன. செவ்வக வடிவத்தில் அமைந்துள்ள ஒவ்வொரு நாணயமும் 1.5 கிராம் எடையுள்ளதாக இருக்கிறது. முத்திரை நாணயங்கள் வெள்ளியால் செய்யப்பட்டவை. இதே முத்திரை நாணயங்கள் திருநெல்வேலி பகுதியிலும் கிடைத்துள்ளன.

துணை நூல்கள்:

1. சங்ககாலக் காசுகள்,
 ஆறுமுக சீத்தாராமன், தனலட்சுமி பதிப்பகம், 2006.
2. தமிழகக் காசுகள்,
 ஆறுமுக சீத்தாராமன், தனலட்சுமி பதிப்பகம், 2005.

ரோமானிய நாணயங்கள்

கம்பம் நகர் உத்தமபுரத்தில் 1997 ஆம் ஆண்டில் வீடு கட்டுவதற்காக நிலத்தைத் தோண்டியபோது ரோமானிய நாணயங்கள் கிடைத்தன. சங்க இலக்கியங்களில் யவனர்கள் என்று குறிப்பிடப்படும் ரோமானியர்கள் இப்பகுதிக்கு வந்து சென்ற சான்றுகளாக ரோமானிய நாணயங்கள் அமைந்துள்ளன.

முசிறி துறைமுகம் என்பது இன்றைய கொச்சியை உள்ளடக்கிய கடற்கரைப் பகுதியாகும். கப்பல் மூலம் முசிறி வந்து சேரும் யவனர்கள், இன்றைய தூத்துக்குடிக்கு அருகில் அமைந்திருந்த கொற்கை வரை சென்று முத்துக்களை வாங்கிச் செல்வார்கள். முசிறியிலிருந்து, கொற்கை செல்லும் நிலவழிப் பாதையில்தான் கம்பம் அமைந்துள்ளது. அப்படிச் செல்லும் வழியில் தங்கள் நாணயங்களைக் கொடுத்து, மிளகு மற்றும் நறுமணப் பொருட்களைப் பெற்றுச் செல்வார்கள் என்று குறிப்பிட்டுள்ளார், வரலாற்றுப் பேராசிரியர் முனைவர் எஸ்.வர்க்கீஸ் ஜெயராஜ்.

துணை நூல்:

உத்தமபாளையம் வரலாறு (கட்டுரை), முனைவர் எஸ்.வர்க்கீஸ் ஜெயராஜ், ஹாஜி கருத்த ராவுத்தர் ஹெளதியா கல்லூரி ஆண்டு மலர்,2019.

இன்னும் சில...

வ.எண்	இடம்	பொருட்கள்
1.	குல்லிசெட்டிபட்டி	முதுமக்கள் தாழிகள்
2.	டொம்புச்சேரி	முதுமக்கள் தாழிகள், கறுப்பு சிவப்புபானை ஓடுகள், தாங்கிகள், மூடிகள்
3.	போடிநாயக்கனூர்	முதுமக்கள் தாழிகள், கறுப்பு சிவப்பு மட்கல ஓடுகள்
4.	கருநாக்கமுத்தன்பட்டி	சாம்பல் நிற மண்மேடு, பானைஓடுகள்
5.	உத்தமபாளையம்	உடைந்த முதுமக்கள் தாழிகள், பானைஓடுகள்
6.	சிந்துவன்பட்டி	முதுமக்கள் தாழிகள்
7.	கரியாப்பட்டி	மல்லிங்காபுரம் உடைந்த முதுமக்கள் தாழிகள், கறுப்பு சிவப்பு மட்கல ஓடுகள்
8.	தம்மனம்பட்டி	உடைந்த முதுமக்கள் தாழிகள், கறுப்பு சிவப்பு பானைஓடுகள், கறுப்பு நிற பானைஓடுகள், சிவப்பு நிற பானைஓடுகள்
9.	கன்னியம்பட்டி	கறுப்பு சிவப்புப் பானைஓடுகள், சிவப்புப் பானைஓடுகள்

அ. உமர் பாரூக்

பிற்காலச் சுவடுகள்

பொ.ஆ. மூன்றிலிருந்து...

பொ.ஆ. எட்டாம் மற்றும் பத்தாம் நூற்றாண்டு

சின்னமனூர் செப்பேடுகள்
(9° 50' 37' N - 77° 22' 42' E)

சின்னமனூர், தேனியிலிருந்து கம்பம் செல்லும் சாலையில் அமைந்துள்ளது. தேனியில் இருந்து 23 கி.மீ. தூரத்திலும், கம்பம் நகரிலிருந்து 18 கி.மீ. தூரத்திலும் அமைந்துள்ளது.

செப்பேடுகள் எந்த இடத்தில் இருந்து கிடைக்கின்றனவோ அந்த இடத்தின் பெயரை செப்பேடுக்குச் சூட்டப்படுவது வழக்கம் என்கிறார் ஆய்வாளர். முனைவர் மு.ராஜேந்திரன் இ.ஆ.ப. அவர்கள்.

பாண்டியர் காலச் செப்பேடுகளில் பாண்டிய மன்னர்கள் கொடுத்த நிலதானங்களையும், அவர்களின் முன்னோர்கள் கொடுத்த நிலதானங்களையும் ஆவணப்படுத்துவதை பொதுவாகக் காண முடிகிறது. பாண்டியர் செப்பேடுகளின் வழியாக இடைக்கால மற்றும் பிற்கால பாண்டிய மன்னர்களின் வரலாற்றை அறியமுடிகிறது. பாண்டியர் செப்பேடுகளில் இளையன்புதூர், வேள்விக்குடி, திருவரங்கமங்கலம், சிவகாசி, தளவாய்புரம் செப்பேடுகளோடு சின்னமனூர் சிறிய செப்பேடு, பெரிய செப்பேடு ஆகிய ஏழு செப்பேடுகளும் மிக முக்கியமானவை.

சின்னமனூரிலுள்ள சிவகாமியம்மன் பூலா நந்தீஸ்வரர் கோவில் நிர்வாகத்திற்கு கீழ் இருக்கும் அருள்மிகு லட்சுமி நாராயணப் பெருமாள் கோவிலில் மடப்பள்ளி கட்டுவதற்காக நிலத்தைத் தோண்டிய போது இரண்டு செப்பேட்டு தொகுதிகள் கிடைத்தன. முதல் தொகுதியில் மூன்று இதழ்களும், இரண்டாம் தொகுதியில் எட்டு இதழ்களும் இருந்தன.

மூன்று இதழ்கள் இருந்த செப்பேட்டை சின்னமனூர் சிறிய செப்பேடு என்றும், எட்டு இதழ்கள் இருந்ததை சின்னமனூர் பெரிய செப்பேடு என்றும் வரலாற்றாளர்கள் அழைக்கிறார்கள்.

பொ.ஆ. 1888ஆம் ஆண்டில் இச்செப்பேடுகள் கண்டுபிடிக்கப்பட்டன. சின்னமனூர் ராஜம் அய்யர் என்பவர் மூலமாக சென்னை அருங்காட்சியகத்திற்கு செப்பேடுகள் கொண்டு செல்லப்பட்டன. 1906ஆம் ஆண்டில் கல்வெட்டு ஆய்வாளர். ராவ்பகதூர் வெங்கய்யாவால் இவை பதிவு செய்யப்பட்டன. முதன் முதலில் சின்னமனூர் செப்பேடுகள் பற்றிய ஆய்வுகள் 1927ஆம் ஆண்டில் தென்னிந்திய சாசனங்கள் என்னும் தொகுப்பின் மூன்றாவது பகுதியில் வெளியிடப்பட்டன.

பாண்டியர் செப்பேடுகளில் மிக மிக முக்கியமானவை பராந்தக நெடுஞ்சடையனின் வேள்விக்குடி செப்பேடும், பண்டியன் சடைய வர்மனின் சீவரமங்கலம் செப்பேடும் ஆகும். இந்த செப்பேடுகள் அளவுக்கு சின்னமனூரின் இரண்டு செப்பேடுகளும் முக்கியமானவை என்று குறிப்பிடுகிறார் ஆய்வாளர். முனைவர் மு. ராஜேந்திரன். இந்த நான்கு செப்பேடுகளும் பாண்டியர்களின் முதல் அரசனாக கடுங்கோனைக் குறிப்பிடுகின்றன.

சின்னமனூர் செப்பேடுகளின் வடமொழிப்பகுதி கிரந்த எழுத்திலும், தமிழ்ப் பகுதி வட்டெழுத்திலும் உள்ளன. இவை பொ.ஆ. எட்டாம் நூற்றாண்டைச் சேர்ந்தவை என்பது உறுதி செய்யப்பட்டுள்ளது. பாண்டிய அரசன் மாறவர்மன் ராஜசிம்மன் ஆட்சிக் காலத்தில் இச்செப்பேடுகள் கோயிலுக்கு வழங்கப்பட்டுள்ளன.

சிறிய செப்பேட்டில் மூன்று இதழ்கள் மட்டுமே கிடைத்துள்ளன என்றாலும், இதில் அதிகமான இதழ்கள் இருந்திருக்க வேண்டும் என யூகிக்கலாம். செப்பேட்டின் இதழ்களை இணைக்கும் வளையமும், வளையத்தில் இருக்கும் அரசு சின்னமும் நமக்கு கிடைக்கவில்லை. எனவே, சிறிய செப்பேட்டின் செய்திகளை முழுமையாகத் தெரிந்து கொள்ள இயலவில்லை.

சிறிய செப்பேட்டில் 38 வரிகள் அமைந்துள்ளன. இதில் 6 வரிகள் சமஸ்கிருதத்திலும், 32 வரிகள் தமிழிலும் காணப்படுகின்றன.

இச்செப்பேட்டின் எழுத்துகளை பாண்டிப் பெரும் பணக்காரன் மகனான அரிகேசரி என்பவர் செதுக்கியதாக குறிப்பிடப்பட்டுள்ளது. இதே நபர்தான் திருவரங்கமங்கல செப்பேடுகளையும் உருவாக்கியுள்ளார் என்பதை வைத்துப் பார்க்கும்

போது பராந்தக நெடுஞ்சடையன் என்னும் பாண்டிய அரசனே இதனை வழங்கியிருக்க முடியும் என்று உலகத் தமிழாராய்ச்சி நிறுவன வெளியீடான பாண்டியர் செப்பேடுகள் பத்து எனும் நூல் உறுதிப்படுத்துகிறது.

சிறிய செப்பேட்டின் செய்தி

1. நிலதானத்தைக் கெடுப்பவர்களுக்குக் கிடைக்கும் தண்டனையையும், நிலதானத்தைக் காப்பாற்றுபவர்களுக்குக் கிடைக்கும் பலன்களையும், விரிவாக இச்செப்பேடு பேசுகிறது.

2. தங்களால் வெல்லப்பட்ட, தங்களை வென்ற பல்லவர்களின் பட்டப்பெயரான 'வர்மன்' என்பதை பாண்டியர்களும் சூடிக் கொண்டனர் என்பதற்கான விளக்கம் இச்செப்பேட்டில் சொல்லப்பட்டிருக்கிறது. (பக்.110, பாண்டியர் காலச் செப்பேடுகள்)

சின்னமனூர் பெரிய செப்பேடுகள்

இச்செப்பேட்டின் காலம் பொ.ஆ. 916 என தமிழ்நாட்டுச் செப்பேடுகள் (தொகுதி - 1) நூல் குறிப்பிடுகிறது. இச்செப்பேடு வானவன்மாதேவிக்கும் பாண்டிய அரசன் பராந்தக வீரநாராயணனுக்கும் பிறந்த ராஜசிம்மனால் வழங்கப்பட்டதாகும்.

எட்டு இதழ்களைக் கொண்ட பெரிய செப்பேடுகளில் 169 வரிகள் உள்ளன. அதில் முதல் 5 இதழ்களில் 76 வரிகள் சமஸ்கிருதத்திலும், அடுத்த மூன்று இதழ்களில் 93 வரிகள் தமிழிலும் அமைந்துள்ளன.

மற்ற பாண்டியர் செப்பேடுகளில் பாண்டியர்களின் குலப்பெருமைகள் சொல்லப்பட்டிருந்தாலும், சின்னமனூர் பெரிய செப்பேட்டில் இப்பெருமைகள் சற்றுக் கூடுதலாகவே சொல்லப்பட்டுள்ளன.

செப்பேட்டின் செய்தி

1. ஒரு மனிதனின் கொடை குணம், வீரம், புகழ் இவற்றிற்கு எவை எவை போதாது என சொல்லப்பட்டிருக்கிறது.

2. குடிமக்களுக்கு என்ன செய்ய வேண்டும் என்ற அரசியல் இலக்கணம் இச்செப்பேட்டில் விரிவாக சொல்லப்பட்டுள்ளது. (பக்.117, பாண்டியர் காலச் செப்பேடுகள்)

இந்தச் செப்பேடுகளில் 16 ஊர்களின் பெயர்கள் குறிப்பிடப்பட்டுள்ளன. தேனி மாவட்டத்தை அழ நாடு என்றும், சின்னமனூரை அதே பெயரிலும் செப்பேடு குறிப்பிடுகிறது. அருகிலுள்ள சிற்றூரின் பெயர் நற்செய்கை புத்தூர் என்றும் குறிப்பிடப்பட்டுள்ளது.

சின்னமனூர் செப்பேடுகள் தற்போது மைசூரிலுள்ள தொல்லியல் துறை பாதுகாப்பில் வைக்கப்பட்டுள்ளன.

துணை நூல்கள்:

1. பாண்டியர் காலச் செப்பேடுகள் (ஆய்வு நூல்), முனைவர் மு.ராஜேந்திரன், மூன்றாம் பதிப்பு, 2016, அகநி வெளியீடு.
2. வைகைக் கரை வரலாற்றுச் சுவடுகள், (கட்டுரை நூல்), கம்பம் சோ.பஞ்சுராஜா, முதல் பதிப்பு, 2017, மணிமேகலைப் பிரசுரம்.
3. பாண்டியர் செப்பேடுகள் பத்து (கட்டுரை நூல்), மறுபதிப்பு 1999, உலகத் தமிழாராய்ச்சி நிறுவனம்.
4. தமிழ்நாட்டுச் செப்பேடுகள் (கட்டுரை நூல்), ச.கிருஷ்ணமூர்த்தி, மறுபதிப்பு, 2002, மணிவாசகர் பதிப்பகம்.
5. South Indian Inscriptions Vol.III Part IV, Archeological Survey of India

பொ.ஆ. ஒன்பதாம் நூற்றாண்டு

உத்தமபாளையம் சமணப்பள்ளி
(9° 48' 43' N - 77° 19' 50' E)

தேனி மாவட்டம், உத்தமபாளையம் அருகில் அமைந்துள்ளது திருக்குணகிரி மலை. இது உத்தமபாளையத்தில் இருந்து அம்மாபட்டி செல்லும் சாலையில் 2 கி.மீ. தூரத்தில் உள்ள கருப்பணசாமி கோவில் அருகில் அமைந்துள்ளது. இம்மலையில் சமணப்பள்ளி இருந்ததற்கான ஆதாரங்கள் கிடைத்துள்ளன. இம்மலையை மொட்ட மலை, சமணர் மலை, கருப்பணசாமி மலை என்று இப்பகுதி மக்கள் அழைக்கிறார்கள். இங்கு சுமார் ஆயிரத்து இருநூறு ஆண்டுகள் பழமையான சமணப் பள்ளி அமைந்துள்ளது.

மலையின் கிழக்குப் பக்கத்தில் சமணச்சிற்பங்களும், அவற்றைப் பாதுகாப்பதற்கான கல்மண்டபம் ஒன்றும் அமைக்கப்பட்டுள்ளன. கல் மண்டபம் ஆறு கல்தூண்களையும், மேற்புறம் நீள் கற்களையும் கொண்டு அமைக்கப்பட்டுள்ளது. மலையில்

சமண தீர்த்தங்கரர்களின் சிலைகள் புடைப்புச் சிற்பங்களாகச் செதுக்கப் பட்டுள்ளன. மலையை ஒட்டிய சுனைப்பகுதியும் நீள் கற்களால் மூடப்பட்டு, சுனைக்கு செல்வதற்கான படிகளும் செதுக்கப்பட்டுள்ளன. இவை பொ.ஆ. 8, 9ஆம் நூற்றாண்டைச் சேர்ந்தவை என்பது ஆய்வாளர்களின் கருத்து.

ஒவ்வொரு சிற்பத்தின் கீழும் அதைச் செய்து கொடுத்தவர்களின் பெயர்கள் வட்டெழுத்தில் குறிப்பிடப்பட்டுள்ளன. இங்கு 19 சிற்பங்கள் அமைந்துள்ளன. சமண மதத்தில் 23ஆவது தீர்த்தங்கரரான பார்சுவநாதர் எட்டு சிற்பங்களிலும், 24ஆவது தீர்த்தங்கரரான மகாவீரர் பதினோரு சிற்பங்களிலும் காணப்படுகிறார்கள். இங்குள்ள கல்வெட்டுகளில் பெரிய கல்வெட்டு ஒன்றின் மூலம் இந்த சமணப்பள்ளியின் இறைவர்க்கு 'திருக்குணகிரி தேவர்' என்ற பெயர் இருந்ததை அறிய முடிகிறது.

இங்கு அமைந்துள்ள எல்லா கல்வெட்டுகளும் தமிழ் எழுத்தின் பழைய வடிவங்களில் ஒன்றான வட்டெழுத்தில் செதுக்கப்பட்டுள்ளன.

கல்வெட்டு செய்திகள்

1. அச்சணந்தி செய்வித்த திருமேனி

தமிழகத்தில் அமைந்துள்ள பல சமணப்பள்ளிகளில் அச்சணந்தி என்பவரின் பெயர் கிடைத்துள்ளது. அச்சணந்தி என்பவரின் உதவியோடு இந்த சிற்பம் செய்யப்பட்டதை இக்கல்வெட்டு குறிப்பிடுகிறது.

2. வெண்பு நாட்டு வில்லிகுறண்டித் திருக்காட்டம்பள்ளி
சந்திரபிரபன்

வெண்பு நாட்டு குறண்டித் திருக்காட்டம்பள்ளி எனும் ஊர் பல சமணப்பள்ளிகளில் கிடைத்துள்ளது. அந்த ஊரைச் சேர்ந்த சந்திர பிரபன் எனும் நபரின் உதவியால் சிற்பம் உருவாக்கப்பட்டுள்ளது. பாண்டிய நாட்டுக் கல்வெட்டுகள் எதிலும் சந்திரபிரபன் எனும் பெயர் இதற்கு முன்பு கண்டுபிடிக்கப்படவில்லை.

3. ஸ்ரீ அஸ்டோபவாசி கனகவீரர் மாணாக்கர்
அரிட்ட நேமிப் பெரியார் செய்வித்த திருமேனி

எட்டு நாட்கள் உண்ணாமல் நோன்பு நோற்கும் துறவியான கனகவீரர் என்பவருடைய சீடரான அரிட்ட நேமி என்பவரால் உருவாக்கப்பட்ட சிற்பம் என்று குறிப்பிடப்பட்டுள்ளது. அரிட்ட நேமி என்ற பெயரின் காரணமாகவே மதுரை மேலூருக்கு அருகிலுள்ள மலைக்கும், ஊருக்கும் அரிட்டாபட்டி எனும் பெயர் வந்திருக்கிறது என்று ஆய்வாளர் ச.கிருஷ்ணவினோத் குறிப்பிடுகிறார்.

4. ஸ்ரீதிருக்குணக்கிரித் தேவர்க்கு திருவிளக்கு
க்கு அனந்தவீரர் அடிகள் அட்டின காசுபதிநொ
ந்று இக்காசு பொலி கொண்டு முட்
டாமைச் சொலுத்து வாராநோர் இப்பள்ளியுடைஅ
டிகள் அறம் வேண்டுவாரிது பிழையாமைச் செய்க

இக்கல்வெட்டு ஒன்றுதான் இங்குள்ளவற்றில் பெரியதும், முழுமையானதும் ஆகும். அனந்தவீர அடிகள் என்பவரால் பதினோரு காசுகள் கொடை அளிக்கப்பட்டு விளக்கு எரிக்கப்பட்டுள்ளது. இதனை இச்சமணப்பள்ளியின் நிர்வாகி ஏற்றுச் செயல்படுத்தி வந்துள்ளார். தொடர்ந்து இந்த அறச்செயலை நடத்த வேண்டுமென்ற வேண்டுகோளுடன் கல்வெட்டு முடிகிறது.

பிற கல்வெட்டுகள் சிதைந்துள்ளன. வெண்பைக்குடி நாட்டு வெண்பைக்கரை, செங்குடி நாட்டார், வாழைப்பட்டி ஊரவர் ஆகியோர் இப்பள்ளியில் சில சிற்பங்களை செய்து கொடுத்துள்ளனர் என்பதை சிதைந்துள்ள கல்வெட்டுகளின் மூலம் அறியமுடிகிறது.

பொ.ஆ. ஒன்பதாம் நூற்றாண்டைச் சேர்ந்த பாண்டிய மன்னன் சடையன் மாறன் இந்த சமணர் பள்ளிக்கு ஆயிரம் பொற்காசுகளை வழங்கியுள்ளார் என்ற செய்தியை மற்றொரு கல்வெட்டு குறிப்பிடுகிறது.

விளக்கம்

பொ.ஆ.மு. ஆறாம் நூற்றாண்டில் பீகார் மாநிலத்தில் சமண சமயம் மகாவீரரால் தோற்றுவிக்கப்பட்டது. மகாவீரருக்கு முன்பாகவே பொ.ஆ.மு. எட்டாம் நூற்றாண்டில் 23ஆவது தீர்த்தங்கரரான பார்சுவ நாதர் வாழ்ந்த காலமாக கருதப்படுவதால் சமண தத்துவம் அப்போதே உருவாகிவிட்டது என்றும் கருதலாம். சமணம் சமயமாக நிறுவப்பட்டது மகாவீரர் காலத்தில்தான். பொ.ஆ.மு. மூன்றாம், இரண்டாம் நூற்றாண்டுகளில் சமணம் கர்நாடகம், தமிழகப் பகுதிகளில் பரவியது. பொ.ஆ.மு. 317 முதல் பொ.ஆ.மு. 297 வரை சமண சமயத் தலைவராக இருந்தவர் பத்திரபாகு முனிவர். இவர் சந்திரகுப்தன் எனும் மௌரிய அரசனின் மத குருவாகவும் இருந்தார். இவர் காலத்தில்தான் தமிழகத்திற்கு சமணம் வந்ததாக மயிலை சீனி வேங்கடசாமி குறிப்பிடுகிறார்.

விசாக முனிவர் எனும் தலைமைத் துறவியின் கீழ் பல சமணத்துறவிகள் சோழ, பாண்டிய நாடுகளில் தங்கி சமணக் கொள்கைகளை மக்களியையே பரப்பினர். மக்கள் வசிக்கும் ஊர்களில் இருந்து ஒதுங்கி அமைந்துள்ள மலைகளில் தங்குமிடங்களை அமைத்து சமணத் துறவிகள் பணிகளை மேற்கொண்டனர்.

சமண சமயம் பிற்காலத்தில் மூன்று பெரும் பிரிவுகளாக பிரிந்தது. சுவேதாம்பரர், திகம்பரர், ஸ்தானகவாசி என்ற பெயரில் மூன்று பிரிவுகள் உருவாயின.

சுவேதாம்பர சமணர்கள் வெந்நிற ஆடை உடுத்துபவர்களாக இருந்தனர். அம்பரம் என்றால் ஆடை என்று பொருள். திகம்பர சமணர்கள் உடையின்றி இருப்பவர்கள். திக் என்பது திசைகளைக் குறிக்கிறது. திசைகளையே ஆடைகளாகக் கொண்டவர்கள் என்பது திகம்பரர் என்று சொல்லின் பொருளாகும். மூன்றாவது பிரிவான ஸ்தானகவாசி சமணர்கள், உருவ வழிபாடு அற்றவர்கள். இவர்களுடைய வழிபாட்டுத் தலங்களில் சிற்பங்களோ, உருவங்களோ இருக்காது. சமண நூல்களை வைத்து அவற்றையே தீர்த்தங்கரர்களாகக் கருதி வழிபடுவார்கள்.

இவற்றில் சுவேதாம்பரர் மற்றும் ஸ்தானகவாசி சமணர்கள் வட இந்தியாவில் இருக்கிறார்கள். தமிழகச் சமணர்கள் அனைவரும் திகம்பரப் பிரிவைச் சேர்ந்தவர்கள். தமிழகத்தில் இருக்கும் சமணப் பள்ளிகள் அனைத்தும் திகம்பர சமணத்தின் பள்ளிகள் ஆகும்.

சமணத் தளங்களில் துறவிகள் தங்கும் கல் படுக்கைகளும், வழிபாட்டிற்கான சமணச் சிற்பங்களும் அமைந்திருக்கும். பெரும்பாலான சமணப் பள்ளிகளின் அருகில் சுனை ஒன்றும் இருக்குமாறு துறவிகள் மலைகளைத் தேர்வு செய்வதைக் காண முடிகிறது.

சமண சமயத்தின் கோட்பாடுகளின் அடிப்படையில் மூன்று விதமான பணிகளை துறவிகள் செய்து வந்துள்ளனர்.

ஒன்று ஔஷத தானம். தங்களை நாடி வரும் மக்களுக்கு நோய் நீக்கும் மருத்துவத்தை செய்துள்ளனர். எல்லா சமணர்

படுக்கைகளின் அருகிலும் மருந்து செய்வதற்கான கற்குழிகளைக் காண முடியும்.

இரண்டு சாஸ்திர தானம். சமணத் துறவிகள் தாங்கள் தங்கியிருந்த பள்ளிகளிலேயே கல்வி கற்பித்து வந்தனர். தமிழில் பள்ளி என்ற சொல்லுக்கு தூங்கும் இடம் என்று பொருள். சமணத்துறவிகள் தங்கள் தூங்கும் இடங்களில் கற்பித்து வந்ததால் பிற்காலத்தில் பள்ளி என்ற சொல்லுக்கு கற்பிக்கும் இடம் என்ற பொருளும் இணைந்துகொண்டது.

மூன்று வஸ்திர தானம். அக்காலத்தில் உடை உடுத்துவது சாதாரண மக்களுக்கு கடினமானதாக இருந்தது. துறவியாக மாறும் சமணர்கள் தங்கள் உடைமைகளை சமண மடங்களுக்குக் கொடுத்து விடும் வழக்கம் இருந்துள்ளது. அப்படி சமண மடங்களில் வந்து சேரும் உடைகளை விழாக்களிலோ, தேவைப்படும் போதோ மக்களுக்கு கொடுக்கும் வழக்கத்தை வஸ்திர தானம் என்று அழைப்பார்கள்.

இந்த பின்புலத்தோடு சமணப் பள்ளிகளைப் பார்ப்பதன் மூலம் சமண சமயத்தையும், அதன் குகைத்தளங்களையும், சிற்பங்களையும் புரிந்துகொள்ள முடியும். தமிழகத்தில் இப்போதும் ஐம்பதா யிரத்திற்கும் அதிகமான சமணர்கள் வாழ்ந்துகொண்டிருக்கிறார்கள்.

துணை நூல்கள்:

1. இளஞ்செழியன் (ச.கிருஷ்ணா வினோத்) அவர்களின் திருக்குணகிரி மலை பற்றிய கட்டுரை, தமிழி வலைப்பூ.

2. ஆய்வாளர் செந்தீ நடராசன் அவர்களின் சமண சமயம் பற்றிய ஆய்வுரைகள்

3. சமணமும், தமிழும் (கட்டுரை நூல்), மயிலை சீனி வேங்கடசாமி, முதல் பதிப்பு 1954, திருநெல்வேலி தென்னிந்திய சைவ சித்தாந்த நூற்பதிப்புக்கழகம்.

4. பண்பாட்டுத்தளங்களின் வழியே (கட்டுரை நூல்), செந்தீ நடராசன், நியூ செஞ்சுரி புக் ஹவுஸ்.

5. மதுரையில் சமணம் (கட்டுரை நூல்), முனைவர்.சொ. சாந்தலிங்கம், கருத்து பட்டறை.

6. அருகப்பெருமான் காட்டும் அறநெறி (கட்டுரை நூல்), பா.சாந்திநாதன், முதல் பதிப்பு 2013, தமிழ் நிலையம்.

பொ.ஆ. ஒன்பதாம் நூற்றாண்டு

ரோசனப்பட்டி புத்தர் சிலை
(9° 59' 16' N - 77° 34' 15' E)

ஆண்டிபட்டி அருகிலுள்ள ரோசனப்பட்டியில் 2015ஆம் ஆண்டு ஒரு புத்தர் சிலை கண்டுபிடிக்கப்பட்டது. பாண்டியநாட்டு வரலாற்று ஆய்வு மையத்தின் இயக்குநர் முனைவர் சொ.சாந்தலிங்கம் அவர்கள் கள ஆய்வின்போது இச்சிலையை அடையாளம் கண்டார். முழுமையடையாமல் இருக்கும் இச்சிலை அதனுடைய அமைப்பு, உருவ அமைதி இவற்றைக் கொண்டு இதன்

காலம் பொ.ஆ. 9, 10 ஆம் நூற்றாண்டாக இருக்கலாம் என்பதும் உறுதி செய்யப்பட்டுள்ளது. இது குறித்த பதிவு ஆய்வாளரால் பிபிசி தமிழோசை செய்திப் பகுதியில் பதிவு செய்யப்பட்டது.

புத்த, சமண சிலைகள் ஒரே மாதிரியானவையாக காணப்பட்டாலும், அடிப்படையில் இரண்டு முக்கிய வேறுபாடுகள் இருக்கும் என்று விளக்கியுள்ளார், தொல்லியல் ஆய்வாளர் செந்தீ நடராசன் அவர்கள். சமணர் சிற்பங்களில் தலைக்கு மேலே முக்குடை அடையாளமும், உடலின் மேல் எந்த துணியும் இல்லாமல் இருக்கும். புத்த சிற்பங்களில் தலைக்கு மேல் உச்சிஷா எனும் கூம்பு வடிவமும், உடலின் மேல் ஆடை இருப்பதற்கான சிறு வஸ்திரமும் இடம் பெற்றிருக்கும். இந்த வேறுபாடுகளை வைத்து சமண, புத்தமத சிற்பங்களைப் பிரித்தறிய முடியும். தேனி மாவட்டத்தில், 2015ஆம் ஆண்டு வரை புத்த சமயம் இருந்ததற்கான எந்த ஆதாரமும் கிடைத்ததில்லை. இதுவே முதல் ஆதாரம்.

துணை நூல்:

தமிழகத்தின் அரிய புத்தர் சிலை (செய்திக்கட்டுரை), முனைவர் சொ.சாந்தலிங்கம், பிபிசி தமிழோசை, 2015.

பொ.ஆ. ஒன்பதாம் நூற்றாண்டு

எல்லப்பட்டி புத்தர் சிலை
(9° 50' 26' N - 77° 21' 13' E)

உத்தமபாளையம் வட்டத்தில் அமைந்துள்ள எல்லப்பட்டி என்ற ஊரின் தென்புறம் ஓடும் முல்லைப் பெரியாற்றங்கரையில் ஆய்வு செய்யப்பட்டபோது தலை இல்லாத ஒரு புத்தர் சிலை கண்டறியப்பட்டுள்ளது. சிலை அமைப்பு, அமர்ந்திருக்கும் தன்மை, உருவ அமைதி இவற்றைக் கொண்டு, இது புத்தர் சிலை என்பதும், இதன் காலம் பொ.ஆ. 9, 10ஆம் நூற்றாண்டாக இருக்கலாம் என்பதும் உறுதி செய்யப்பட்டுள்ளது. இது குறித்த பதிவினை ஆய்வாளர் பா.ஜோதீஸ்வரன் தொல்லியல் கழகம் வெளியிட்ட 2019 ஆவணத்தில் வெளியிட்டுள்ளார்.

இச்சிலை அர்த்த பத்மாசனத்தில், உடலை நன்கு நிமிர்த்திய வண்ணம், தியான நிலையில் கைகளைப் பற்றி மேலாடையோடு காணப்படுகிறது. இது சுமார் நாலரை அடி உயரமும், 3 அடி அகலமும் கொண்டதாக உள்ளது. சமணர்களின் வாழிடமாக விளங்கிய உத்தமபாளையத்தில் புத்தர் சிலை கிடைத்திருப்பது சிறப்பானதாகும். இதன் மூலம் புத்தம் மற்றும் சமணம் ஆகிய இரு சமயங்களும் அக்காலத்தில் தேனி மாவட்டத்தில் சிறப்புற்று விளங்கியதைப் புரிந்து கொள்ளலாம்.

துணை நூல்:

எல்லப்பட்டி புத்தர் சிலை (ஆவணம்), பா.ஜோதீஸ்வரன், தொல்லியல் கழகம், 2016.

பொ.ஆ. பதினோராம்

சின்னமனூர் லட்சுமி நாராயணப் பெருமாள் கோயில்

(9° 50' 37' N - 77° 22' 42' E)

சின்னமனூரிலிருந்து கம்பம் செல்லும் சாலையில் தற்போது அமைந்துள்ள காந்தி சிலை பேருந்து நிறுத்தத்தில் இருந்து வலது புறம் செல்லும் பாதையில், சிற்றோடைக்கு அருகில் உள்ளது, லட்சுமி நாராயணப் பெருமாள் கோயில். இக்கோவிலின் சீரமைப்பு பணியின் போதுதான் புகழ்பெற்ற சின்னமனூர் செப்பேடுகள் கிடைத்தன. இக்கோயில் சின்னமனூர் பூலாநந்தீஸ்வரர் கோயில் நிர்வாகத்தின் கீழ் இயங்குகிறது.

கோயிலின் உட்புறச் சுவர்களிலும், அதிட்டானப் பகுதியிலுமாக 18 கல்வெட்டுகள் காணப்படுகின்றன. இவை அனைத்தும் படியெடுக்கப்பட்டு 1907 ஆம் ஆண்டின் தென்னிந்திய கல்வெட்டு தொகுப்பில் பதிவு செய்யப்பட்டுள்ளன. (கி.ஸி.ழிவ்ஷீ: 437 454 வீயீ 1907). கிடைத்துள்ள கல்வெட்டுகளில் மிகப் பழமையானது பொ.ஆ. பதினோராம் நூற்றாண்டைச் சேர்ந்த

ராஜேந்திர சோழனின் ஐந்தாம் ஆட்சியாண்டுக் கல்வெட்டு (பொ.ஆ. 1016). ராஜேந்திர சோழன் (பொ.ஆ. 1016), சுந்தரபாண்டியன் (பொ.ஆ. 1226), பராக்கிரம பாண்டியன் (பொ.ஆ. 1315), குலசேகர பாண்டியன் (பொ.ஆ. 1193), சடையமாறன், பரகேசரி வர்மன் ஆகிய மன்னர்கள் இக்கோவிலுக்கு வெவ்வேறு காலங்களில் நிவந்தங்களும், விளக்குகளும், நில தானமும் அளித்துள்ளதை இக்கல்வெட்டுகள் குறிப்பிடுகின்றன.

சில கல்வெட்டுகள் சிதைந்தும், எழுத்துகள் அழிந்து கொண்டிருக்கிற நிலையிலும் காணப்படுகின்றன. ஒரே அரசர் தன்னுடைய வெவ்வேறு ஆட்சியாண்டுகளில் வெவ்வேறு மானியங்களை

அளித்த, தனித்தனியான கல்வெட்டுகள் அமைந்துள்ளன. உதாரணமாக ராஜேந்திர சோழனின் நான்காம் ஆட்சியாண்டில் கொடை வழங்கிய ஒரு கல்வெட்டும், ஐந்தாம் ஆட்சியாண்டில் கொடை வழங்கிய இன்னொரு கல்வெட்டும் காணப்படுகின்றன.

அதேபோல சடையவர்மன் தன் ஆட்சியாண்டுகள் 9, 10, மற்றும் 46ஆம் ஆண்டுகளில் வெவ்வேறு கொடைகளை அளித்துள்ள செய்திகளையும் பார்க்க முடிகிறது. குலசேகரபாண்டியன் தன் ஆட்சியாண்டுகள் 9 மற்றும் 11ஆம் ஆண்டுகளில் தனித் தனி கொடைகளை கோயிலுக்கு வழங்கியுள்ள செய்திகளும் இடம்பெற்றுள்ளன. சோழர்களின் கல்வெட்டுகள்

வட்டெழுத்திலும், பாண்டியர்களின் கல்வெட்டுகள் தற்கால தமிழ் எழுத்திலும் பொறிக்கப்பட்டுள்ளன. எல்லா கல்வெட்டுகளிலும் வடமொழிச் சொற்களைக் குறிப்பதற்கு கிரந்த எழுத்துகளும் பயன்படுத்தப்பட்டுள்ளன.

தேனி மாவட்டத்தை அள நாடு/அழ நாடு என்றும், சின்னமனூரை அரிகேசரி நல்லூர் என்றும் இக்கோயிலில் உள்ள பல கல்வெட்டுகள் உறுதிப்படுத்துகின்றன. சின்னமனூர் பகுதி பொ.ஆ. 1016ஆம் ஆண்டில் சோழ மண்டலத்தின் ஒரு பகுதியாக இருந்ததை ராஜேந்திர சோழனின் கல்வெட்டு குறிப்பிடுகிறது. பதினோராம் நூற்றாண்டு துவங்கி, பதினான்காம் நூற்றாண்டு கல்வெட்டுகள் வரை கோயில் சுவர்களில் அமைந்துள்ளன.

துணை நூல்:

South Indian Inscriptions, Volume XXIII (1906 -07), Archaeological Survey of India, 1979.

பொ.ஆ. பதிமூன்றாம் நூற்றாண்டு

மேல்மங்கலம் வரதராசப் பெருமாள் கோயில்
(10° 06' 05' N - 77° 34' 57' E)

பெரியகுளத்தில் இருந்து ஆண்டிபட்டி செல்லும் சாலையில் ஐந்து கி.மீ. தூரத்தில் அமைந்துள்ள சிற்றூர் மேல்மங்கலம். இவ்வூரின் வடக்கில் ஓடும் வராக நதியின் கரையில் அமைந்துள்ளது வரதராசப் பெருமாள் கோயில்.

இக்கோயிலிலுள்ள இரண்டு கல்வெட்டுகள் படியெடுக்கப்பட்டு ஆய்வு செய்யப்பட்டுள்ளன. இக்கல்வெட்டுகளில் மேல்மங்கலத்தின் பெயர் "மேனெடுங்கள நாட்டில் அமைந்த பிரமதேயம் முடிவழங்கு பாண்டிய சதுர்வேதி மங்கலம்" என்று குறிப்பிடப்பட்டுள்ளது. இப்பெயர் முதலாம் மாறவர்மன் சுந்தரபாண்டியன் பொ.ஆ (1216-1244) காலத்தில் வழங்கப்பட்டதாக இருக்கலாம் என்று பதிவு செய்துள்ளார் முனைவர் சாந்தலிங்கம்.

பெருமாள் கோயிலின் தென்புற அதிட்டானத்தில் உள்ள முதல் கல்வெட்டு முதலாம் மாறவர்மன் குலசேகரன் (பொ.ஆ. 1268–1318) காலத்தைச் சேர்ந்ததாகும். இக்காலத்தில் மன்னரின் பரிவாரத்தாரில் ஒருவரான தாமோதரத் தொண்டைமான் இவ்வூரில் ஒரு மடத்தை ஏற்படுத்தி, அதன் பராமரிப்பிற்காக இரண்டு மா அளவில் நிலம் கொடையளித்த செய்தியைக் கூறுகிறது.

இக்கல்வெட்டிலிருந்து சில வரிகள்... "ஸ்வஸ்திஸ்ரீ திரிபுவனச் சக்கரவர்த்திகள் கோனேரின்மை கொண்டான் கீழிரணிய முட்டத்து திருமாலிருஞ்சோலை நின்றருளிய பரமசுவாமிகள் திருமாலிருஞ் சோலை திருப்பதியில்... தாங்கள் சத்திப்பதாக பரிவாரத்தாரில் தாமோதரனான தொண்டைமான் மெனெடுங்கள நாட்டு பிரமதேயம் முடிவழங்கு பாண்டியச் சதுர்வேதி மங்கலத்து சபையார் பக்கல்..."

இரண்டாம் கல்வெட்டு, முதலாம் சடையவர்மன் வீரபாண்டியன் (பொ.ஆ.1253–1283) காலத்தைச் சேர்ந்தது. இதில் திருநீலகண்டன் ராஜாகள்ளனாயன் தொண்டைமான் மடம் ஏற்படுத்திக் கொடுத்து, அதன் பராமரிப்பிற்காக பத்து மாகாணி நிலம் தானமாகக் கொடுத்த செய்தி இடம்பெற்றுள்ளது. இக்கல்வெட்டின் அடிப்பகுதி மண்ணிற்குள் புதைந்து காணப்படுகிறது.

இரண்டாம் கல்வெட்டின் துவக்க வரிகள்... "ஸ்வஸ்தி ஸ்ரீ மெய்கீர்த்திக்கு மேல் ஸ்ரீ கோச்சடைய பன்மரான திரிபுவனச் சக்கரவர்த்திகள் ஸ்ரீ வீரபாண்டிய தேவர்க்கு யாண்டு 25ஆவது எதிராமாண்டு கற்கடக ஞாயற்று அமரபட்சத்து ஸப்தமியும் செவ்வாய்க்கிழமையும் பெற்ற அஸ்வதி நாள்..."

இக்கல்வெட்டு அமைந்திருக்கும் பகுதி பாண்டிய நாட்டுப் பகுதியாக இருந்தாலும், கல்வெட்டில் குறிப்பிடப்பட்டிருக்கும்

மாதம் 'கற்கடகம்' என்று இருக்கிறது. இது சேரநாட்டின் மாதக் கணக்கு மரபாகும். இப்பகுதி பாண்டிய சேர அரசுகளின் கீழ் மாறி, மாறி இருந்திருப்பதால் சேர நாட்டின் காலக்கணக்கு அப்பகுதியில் நீடித்திருக்கிறது. அதனால்தான் பாண்டிய மன்னனின் கல்வெட்டில், சேர மாதம் குறிப்பிடப்பட்டிருக்கிறது என்று ஆய்வாளர் செந்தீ நடராசன் குறிப்பிடுகிறார்.

ஆய்வாளர் முனைவர் சொ.சாந்தலிங்கம் அவர்களால், மேல்மங்கலம் வரதராசப் பெருமாள் கோயில் கல்வெட்டுகள் குறித்த செய்திகள், தொல்லியல் கழகத்தின் 1998ஆம் ஆண்டு ஆவணத்தில் வெளியிடப்பட்டுள்ளன.

துணை நூல்:

மேல்மங்கலம் கல்வெட்டுகள் (ஆவணம்),
சொ.சாந்தலிங்கம், தொல்லியல் கழகம், 1998.

பொ.ஆ. பதிமூன்றாம் நூற்றாண்டு

பாண்டியர் கால எல்லைக்கற்கள்

தமிழ்நாட்டில் மன்னர்களால் ஏராளமான நிலமானியங்கள் வழங்கப்பட்டுள்ளன. பல சமய வழிபாட்டுத்தலங்களுக்கும், தனி மனிதர்களுக்கும் தானமாக வழங்கப்பட்ட நிலங்கள் அளக்கப்பட்டு, அவற்றுக்கான எல்லைக் கற்கள் நடப்படுவது வழக்கம். நிலம் அமைந்துள்ள பகுதியின் நான்கு எல்லைகளிலும் குறியீடு பொறிக்கப்பட்ட எல்லைக்கற்கள் நடப்படும் வழக்கத்தை பல கல்வெட்டுகளும், செப்பேடுகளும் தெரிவிக்கின்றன.

தென்னிந்திய கல்வெட்டுகள் தொகுதியில் குறிப்பிடப்பட்டுள்ள பல கல்வெட்டுகளில் எல்லைக் கற்கள் பற்றிய செய்திகள் கிடைக்கின்றன. "இந்நிலத்தில் நாற்பால் எல்லையிலும் திரிசூலக் கல்லு நாட்டி", "நாற்பாற்கெல்லையிலும் திரிசூலதாபரம் பண்ணி", "திருவாழியாழ்வாரை எழுந்தருளுவித்து", "நாலுமூலையிலும் திருவாலிகல்நாட்டி திருநாழியும் சித்திரமேழியும் இட்ட கல்", "கல்லும் கள்ளியும் நாட்டி" என்ற வரிகளில் எல்லைக் கற்கள் பற்றிய விவரங்கள் குறிப்பிடப்பட்டுள்ளன.

நில எல்லைகளைக் குறிப்பதற்கான எல்லைக் கற்களில் பெருமாள் கோயில் நிலங்களில் திருமாலின் சக்கரத்தினையும், சிவன் கோயில் நிலங்களில் சிவனின் திருசூலத்தினையும், சமணர் கோயில் நிலங்களில் முக்குடையையும் குறியீடாகப் பொறிப்பது வழக்கமாக இருந்துள்ளது. மிக அரிதாக சில எல்லைக் கற்களில் மட்டுமே எழுத்துகள் காணப்படுகின்றன. உத்தமபாளையம் பகுதியிலுள்ள மாணிக்காபுரம், குசவம்பட்டி ஆகிய இரு ஊர்களிலும் கல்வெட்டுகள்

பொறித்த எல்லைக்கற்கள், கள ஆய்வில் கண்டுபிடிக்கப்பட்டுள்ளன. இவை இரண்டும் பொ.ஆ. பதிமூன்று மற்றும் பதினைந்தாம் நூற்றாண்டுகளைச் சேர்ந்த எல்லைக்கற்களாகும். கல்வெட்டுகளில் மன்னர்களின் பெயர்கள் பொறிக்கப்படவில்லை எனினும், எழுத்தமைதி கொண்டு காலம் கணிக்கப்பட்டுள்ளது. இந்த இரு எல்லைக்கற்கள் குறித்த செய்திகள், ஆய்வாளர் ஜி.சேதுராமன் அவர்களால் தொல்லியல் கழகத்தின் 1998ஆம் ஆண்டு ஆவணத்தில் வெளியிடப்பட்டுள்ளன.

மாணிக்காபுரம் எல்லைக்கல்

வீரபாண்டிக்கு அருகில் சுருளியாற்றின் மேல்கரையில் மாணிக்காபுரம் அமைந்துள்ளது. ஊரின் தென்மேற்கே உள்ள வயலில் இந்த எல்லைக்கல் நடப்பட்டுள்ளது. இக்கல்லினை உள்ளூர் மக்கள் பாண்டிக்கோயில் என்ற பெயரில் வழிபட்டு வருகிறார்கள். புதிதாகத் திருமணம் ஆனவர்கள் இங்கு தேங்காய் உடைத்து வழிபட்டுச் செல்வது வழக்கமாக இருக்கிறது.

எல்லைக்கல்லில் உள்ள கல்வெட்டு ஐந்து வரிகளில் அமைந்துள்ளது. "ஸ்வஸ்தி ஸ்ரீ ஸவன்னர் நிலத்துக்கு தென்னெல்லை" என்று பொறிக்கப்பட்டுள்ளது. மற்ற எல்லைகளிலும் எல்லைக்கற்கள் நடப்பட்டு, காலப்போக்கில் அவை மறைந்து போயிருக்க வேண்டும். இது சமயக் கோயில்களுக்கு கொடுத்த நிலமாக இல்லாமல், தனி நபருக்குக் கொடுத்த நிலமாக இருக்கலாம் என்று ஆய்வாளர் ஜி.சேதுராமன் குறிப்பிடுகிறார். ஸவனம் என்றால் வேள்வி என்பது பொருள் ஆகும். வேள்வி செய்த பிராமணர்களை ஸவன்னர் என்று அழைத்தார்கள். ஸவன்னர் என்பவர்கள் சத்திரியப் பெண்களுக்கும் பிராமணர்களுக்கும் பிறந்த கலப்பினத்தவராகக் (அனுலோமர்) கருதுவதும் உண்டு என்று தமிழ்ப் பேரகராதி குறிப்பிடுகிறது. ஸவன்னர் என்று அழைக்கப்படும் இப்பிராமணர்கள் மாணிக்காபுரத்திற்கு அருகில் உள்ள சுருளியாற்றின் கீழ்க்கரையில் அமைக்கப்பட்ட ஆழ்வான்நங்கை சதுர்வேதி மங்கலத்தில் வாழ்ந்து வந்தனர். இவ்வூரே பிற்காலத்தில் உப்பார்பட்டி என்று அழைக்கப்படுகிறது என்பதை முனைவர் வேதாசலம் அவர்கள் தன் கட்டுரை மூலம் சுட்டிக்காட்டுகிறார். இதே செய்தியை அங்குள்ள சிவன் கோயிலின் முதலாம் சடையவர்மன் குலசேகரப் பாண்டியனின் கல்வெட்டுகள் உறுதி செய்கின்றன.

முதலாம் சடையவர்மன் குலசேகரப் பாண்டியன் காலத்தில் ஸவன்னர் பன்னிருவருக்கும், முதலாம் மாறவர்மன் சுந்தரபாண்டியன் காலத்தில் ஸவன்னர் ஒருவருக்கும் பல வேலி

நிலங்கள் தானமாகத் தரப்பட்டுள்ளன. தானம் பெற்றவர்கள் ஆத்திரேய கோத்திரம், பரத்துவாஜ கோத்திரம், ஆரித கோத்திரம், காசிப கோத்திரங்களைச் சேர்ந்தவர்கள் என்பதை கல்வெட்டுகள் குறிப்பிடுகின்றன.

குசவம்பட்டி எல்லைக்கல்

உத்தமபாளையத்தில் இருந்து கோம்பை செல்லும் வழியில் குசவம்பட்டி அமைந்துள்ளது. இவ்வூருக்கு கிழக்கேயுள்ள முத்தாலம்மன் குளத்திற்கு தென்மேற்கே அமைந்திருக்கும் தோட்டத்தில் எல்லைக்கல் அமைந்துள்ளது. அங்குள்ள சிறுபாறையே எல்லைக்கல்லாக மாற்றப்பட்டு, அதில் கல்வெட்டு பொறிக்கப்பட்டுள்ளது. இதில் சூரியன், சந்திரன் குறியீடுகளோடு திரிசூலத்தின் உருவமும் காணப்படுகிறது. இதிலுள்ள கல்வெட்டின் எழுத்தமைதியைக் கொண்டு, இது பொ.ஆ. 14 ஆம் நூற்றாண்டைச் சேர்ந்ததாக இருக்கலாம் என்று கணிக்கப்பட்டுள்ளது.

“பூலாந்துறை இசரன் திருவிடையாட்டமான மலைப்பட்டி” என்று கல்வெட்டில் குறிப்பிடப்பட்டுள்ளது. இப்பகுதியில் அமைந்திருக்கும் மலைப்பட்டி எனும் ஊர் முழுமையும் பூலாந்துறை சிவன் கோயில் ஈசுவரர்க்கு தானமாகத் தரப்பட்டிருப்பதாக ஆய்வாளர் ஜி.சேதுராமன் குறிப்பிட்டுள்ளார். ஆனால், “திருவிடையாட்டம்” என்ற சொல் பெருமாள் கோயிலுக்கு அளிக்கப்படும் நிவந்தத்தையே குறிப்பிடும் என்று ஆய்வாளர் செந்தீ நடராசன் குறிப்பிடுகிறார். ஊர் அழிந்து விட்ட நிலையில், அதன் எல்லைக்கல் மட்டும் குசவம்பட்டியில் மிச்சமிருக்கிறது.

பூலாந்துறை ஈசுவரர் கோயில் என்று குறிப்பிடப்படும் கோயில் இப்பகுதியிலுள்ள சின்னமனூர் சிவன் கோயிலின் பெயராகும். சின்னமனூர் சிவன் கோயில் பூலாந்துறை ஈசுவரர் கோயில் என்றும், இராசசிம்மேஸ்வரம் என்று அழைக்கப்பட்டிருப்பதை தென்னிந்தியக் கல்வெட்டுகள் தொகுதி உறுதி செய்கிறது. சுருளியாற்றின் கீழ்க்கரையில் அமைந்த பூலாந்துறைக்குச் செல்லும் வழியில் இக்கோயில் அமைந்திருப்பதால் திருப்பூலாந்துறை ஈசுவரர் கோயில் என அழைக்கப்பட்டிருக்கிறது. சின்னமனூர் பெரிய செப்பேட்டினை வெளியிட்ட இராசசிம்மன் என்ற பாண்டிய அரசனால் இக்கோயில் கட்டப்பட்டிருப்பதால் இது இராசசிம்மேஸ்வரம் என்று அழைக்கப்பட்டிருக்க வேண்டும். இதே கோயிலின் நிர்வாகத்தின் கீழ் இருக்கும் லட்சுமி நாராயணப் பெருமாள் கோயிலுக்கான நிவந்தத்தை இந்த எல்லைக்கல் குறிப்பிடுவதாகக் கொள்ளலாம்.

துணை நூல்கள்:

1. *பாண்டியர் கால எல்லைக் கற்கள் (ஆவணம்),* ஜி.சேதுராமன், தொல்லியல் கழகம், *1998.*

2. South Indian Inscriptions, Volume XXIII (1906 -07), Archaeological Survey of India, 1979.

பொ.ஆ. பதிமூன்றாம் நூற்றாண்டு

உத்தமபாளையம் தூண் கல்வெட்டு

உத்தமபாளையத்தில் உள்ள முகமது பாத்திமா பெண்கள் உயர்நிலைப் பள்ளிக்கு அருகில் இருந்த கல்தூணில் கல்வெட்டு எழுத்துகள் கண்டுபிடிக்கப் பட்டுள்ளன. இக்கல்வெட்டு பற்றிய குறிப்பை ஆய்வாளர் பா.சாம் சத்தியராஜ் தொல்லியல் கழகம் வெளியிட்ட ஆவணம் 2002ல் பதிவு செய்துள்ளார்.

"சுந்தரபாண்டிய தேவர்க்கு யாண்டு 11வது நம்பி சீவல்லவனான தேவனுக்கு ஆலன் ஆண்டி தலை நீரழிஞத் தறி...."

என்று கல்வெட்டு வரிகள் குறிப்பிடுகின்றன. இதற்குப் பின்புள்ள எழுத்துகள் சிதைந்துள்ளதால் செய்தி முழுமையடையவில்லை. இது பொ.ஆ. 13ஆம் நூற்றாண்டைச் சேர்ந்த பாண்டிய மன்னன் சுந்தரபாண்டியன் ஆட்சியாண்டு பதினொன்றில் பொறிக்கப்பட்ட கல்வெட்டாகும். இது நினைவுத் தூணாக இருக்கலாம் என்று ஆய்வாளர் குறிப்பிட்டுள்ளார். இந்த தூண் கல்வெட்டு தற்போது மதுரை அருங்காட்சியகத்தில் பாதுகாக்கப்படுகிறது.

துணை நூல்:

உத்தமபாளையம் தூண் கல்வெட்டு (ஆவணம்), பா.சாம் சத்தியராஜ், தொல்லியல் கழகம், 2002.

பொ.ஆ. பதிமூன்றாம் நூற்றாண்டு

மேல்மங்கலம் மாயா பாண்டீஸ்வரர் கோயில்
(10° 06' 14' N - 77° 35' 07' E)

பெரியகுளத்தில் இருந்து ஆண்டிபட்டிக்குச் செல்லும் சாலையில், ஐந்து கி.மீ. தூரத்தில் அமைந்துள்ள சிற்றூர் மேல்மங்கலம். இவ்வூரின் வடக்கில் ஓடும் வராக நதியின் மறுகரையில் அமைந்துள்ளது மாயா பாண்டீஸ்வரர் கோயில்.

'இந்தக் கோயில் மாயமான் மறி ஈசுவரம் என்று பெயர்பெற்ற கோயிலாகும். இந்தப் பெயர், இவ்வூர் தலபுராணத்தில் பிற்காலத்தில் கூறப்படும் இராமாயணக் கதைத் தொடர்புகளுக்கு முன்னோட்டமாக அமைந்துள்ளது என்று கூறுகிறார், இக்கல்வெட்டுகளை தொல்லியல் கழகத்தின் 1998ஆம் ஆண்டு ஆவணத்தில் பதிப்பித்த ஆய்வாளர் முனைவர் சொ.சாந்தலிங்கம் அவர்கள்.

இந்தச் சிவன் கோயிலில் பல கல்வெட்டுகள் காணப்படுகின்றன. அவற்றில் காலத்தால் முற்பட்டது, முதலாம் மாறவர்மன் சுந்தரபாண்டியனின் (பொ.ஆ. 1216 - 1238) கல்வெட்டாகும். இங்குள்ள கல்வெட்டுகள் நிலக்கொடை, பொன் கொடை ஆகியவற்றைக் குறிப்பிடுகின்றன. முன்மண்டபத்தில் உள்ள தூண்களில் அவற்றைக் கொடுத்த கொடையாளிகளின் பெயர்கள் பொறிக்கப்பட்டுள்ளன.

மாயா பாண்டீஸ்வரர் கோயிலின் கருவறை மேற்குச் சுவரில் வடமேற்கு மூலையில் முதலாம் மாறவர்மன் சுந்தரபாண்டியனின் (பொ.ஆ.1216–1238)

கல்வெட்டு அமைந்துள்ளது. கருவறையின் தென்சுவரில் தென் மேற்கு மூலையிலும், கருவறை தென் சுவரின்நடுப்பகுதியிலும் அதே மன்னனின் கொடைக் கல்வெட்டுகள் காணப்படுகின்றன. ஒவ்வொரு கல்வெட்டும் மன்னனின் வெவ்வேறு ஆட்சியாண்டுகளில் பதிப்பிக்கப்பட்டுள்ளன. கோயிலின் முன்மண்டபத்தின் தென்சுவரிலும் சுந்தரபாண்டியனின் பதினேழாவது ஆட்சியாண்டில் அளிக்கப்பட்ட கொடைக் கல்வெட்டு ஒன்று இடம்பெற்றுள்ளது.

பொ.ஆ. பதிமூன்றாம் நூற்றாண்டில் பலர் அளித்த தர்மங்களைப் பற்றி முன்மண்டபத்திலுள்ள தூண் கல்வெட்டுகள் குறிப்பிடுகின்றன. இங்குள்ள கல்வெட்டுகளை "தச்சாசாரியன் குப்பை அய்யனான கொதுகுல ஆசாரியன்" "தச்சாசாரியன் ஸ்ரீ மூலஸ்தான ஆசாரியன்", "தச்சாசாரியன் குப்பையன்" ஆகியோர் செதுக்கியதாக கல்வெட்டுகள் கூறுகின்றன.

இக்கோயில் தூண்களை உருவாக்க மாணிக்கன், சூரியதேவன், கற்பகப் பெருமாள், கொன்றைப்பிள்ளை, அபர உதையன்,

ஆடவல்ல சொக்கன் ஆகியோர் உதவியதாக கல்வெட்டுகள் பதிவு செய்துள்ளன. இக்கோயிலின் முன்புறம் ஒரு சைவ மடம் இருந்ததையும், அதற்காக அரசன் அளித்த கொடையையும் ஒரு கல்வெட்டு கூறுகிறது.

தூண் கல்வெட்டில் உள்ள ஒரு வாசகம்...

"கொடும்பாளூர் மணிக்கிராமத்து ஆடவல்லோன் சொக்கனான அழக சொக்கன் தர்மம் கைக்கோளரில் உடையான் கல்பகப் பெருமாள் தருமம்"

துணை நூல்கள்

1. மேல்மங்கலம் கல்வெட்டுகள் (ஆவணம்), சொ.சாந்தலிங்கம், தொல்லியல் கழகம், 1998.
2. மேல்மங்கலம் (கட்டுரை), முனைவர் வே.வேதாசலம்

பொ.ஆ. பதிமூன்றாம் நூற்றாண்டு

உப்பார்பட்டி திருநீலகண்டேசுவரர் கோயில்
(9° 57' 06' N - 77° 24' 59' E)

தேனியிலிருந்து கம்பம் செல்லும் தேசிய நெடுஞ் சாலையில் வீரபாண்டியைக் கடந்தவுடன், வலது புறம் அமைந்துள்ளது உப்பார்பட்டி. அங்குள்ள திருநீலகண்டேசுவரர் கோயிலில் ஆறு கல்வெட்டுகள் காணப்படுகின்றன. இவற்றை முனைவர் வெ.வேதாசலம் அவர்கள் தொல்லியல் கழகம் வெளியிட்ட ஆவணத்தில் 2003ஆம் ஆண்டு பதிவுசெய்துள்ளார்.

இங்குள்ள கல்வெட்டுகள் கோயிலின் கருவறை, அர்த்தமண்டபம், வடபுற அதிட்டானப் பகுதி ஆகிய இடங்களில் அமைந்துள்ளன. இவற்றில், மூன்று கல்வெட்டுகள் முதலாம் சடையவர்மன் குலசேகரபாண்டியன் (பொ.ஆ. 1203) எனும் மன்னனாலும், இன்னும் மூன்று கல்வெட்டுகள் முதலாம் மாறவர்மன் சுந்தரபாண்டியன் (பொ.ஆ. 1216-1238) எனும் மன்னனாலும் பதிப்பிக்கப்பட்டவை.

பதிமூன்றாம் நூற்றாண்டில் ஆழ்வான் நங்கைச் சதுர்வேதிமங்கலம் என்ற ஊராக இருந்த உப்பார்பட்டி, பிராமணர்களுக்குத் தானமாக அளிக்கப்பட்ட

ஊராகும். தற்போது கோயில் கல்வெட்டுகள் அனைத்தும் வண்ணம் பூசப்பட்டு வாசிக்க இயலாத நிலையில் உள்ளன.

கல்வெட்டு ஒன்று

இக்கல்வெட்டு முதலாம் சடையவர்மன் குலசேகரபாண்டியனின் (பொ.ஆ. 1203) ஆட்சியாண்டு பதிமூன்றில் பதிப்பிக்கப்பட்டுள்ளது. அழ நாட்டில், ஆழ்வான் நங்கைச் சதுர்வேதிமங்கலத்தை அறுபத்து நான்கு பங்குகளைக் கொண்ட பிரமதேயமாக உருவாக்கி, சிவன், பெருமாள் ஆகிய இரு கோயில்களுக்கும் தானமாகக் கொடுக்கப்பட்ட செய்தியை இந்தக் கல்வெட்டு சொல்கிறது.

கல்வெட்டிலுள்ள மெய்கீர்த்தி எனப்படும் மன்னனைப் பற்றி சொல்லும் பகுதியை மட்டும் பார்க்கலாம். மன்னர்கள் கொடை அளிப்பது பற்றிய எல்லா கல்வெட்டுகளிலும் முதல் பகுதியாக மெய்கீர்த்திகள் இருக்கும்.

“பூவின் கிழத்திமேவி வீற்றிருப்ப மேதினிமாது நீதியிற்புணர வயப்போர் மடந்தை ஜயப்புயத்திருப்ப மாக்கலைமடந்தை வாக்கினில் விளங்க திசை இருநான்கு மிசைநிலா வெறிப்பமறை நிறை வழி மனுநெறிதிகழ

அறநெறி சமயங்கள் ஆறும் தலைப்ப கானவேங்கையை வில்லுடந்துரந்து மீன்கனாசனத்து வீற்றிருப்ப எந்திரிசூழ்ந்த ஏழ்கடல் ஏழ்பொழில் வெண்குடை நிழற்ற செங்கோல் நடப்ப கொடுங்கலி நடுங்கிநெடும்பிலத்தொளிப்ப

வல்லவர் செம்பியர் விராடவராடவர் பல்லவர் திறையுடன் முறைமுறை பணி இடுநேயெளவும் ஒரு நேமிஒங்க...

... யவனி முழுதுடைகளோடும் வீற்றிருந்தருளிய மாமுதல் மதிகுலம் விளங்கிய ஸ்ரீ கோச்சடைய பன்மரான திரிபுவனச் சக்கரவர்த்திகள் ஸ்ரீ குலசேகரதேவற்கு யாண்டு 13ஆவது நாள் இரண்டாயிரத்து நானூற்றுத் தொண்ணூற்றினால்...”

கல்வெட்டு இரண்டு

முதலாம் சடையவர்மன் குலசேகரபாண்டியன் பொ.ஆ. 1209ஆம் ஆண்டில் வெளியிட்ட அரசு ஆணையை இக்கல்வெட்டு தெரிவிக்கிறது. ஆழ்வான் நங்கைச் சதுர்வேதிமங்கலம் அமைக்கப்பட்டிருப்பதை விளக்கும் ஆணை இது.

கல்வெட்டு மூன்று

இக்கல்வெட்டு முதலாம் சடையவர்மன் குலசேகரபாண்டியன் காலத்தில் பொ.ஆ.1227இல் அளிக்கப்பட்ட கொடை குறித்து தெரிவிக்கிறது. ஸவன்னர் என்று அழைக்கப்பட்ட பிராமணர்களுக்கு, அழ நாட்டின் அதிகாரியாக விளங்கிய ஸ்ரீவல்லபன் தொண்டைமான் என்பவர் நிலங்களைத் தானமாக வழங்கியதையும், ஆழ்வாண்டான் ஏரி எனும் ஏரியை உருவாக்கியதையும் இக்கல்வெட்டு குறிப்பிடுகிறது.

கல்வெட்டு நான்கு

கோயிலில் இக்கல்வெட்டு கருவறை மேற்புறச்சுவரில் அமைந்துள்ளது. இது முதலாம் மாறவர்மன் சுந்தரபாண்டியன் காலத்தில் பொ.ஆ.1216–38ஆம் ஆண்டிற்கிடையில் ஸவன்னர் எனும் பிராமணர்களுக்குத் தானமாக வழங்கப்பட்டதைத் தெரிவிக்கிறது. இந்த நில தானத்தை மேற்சொன்ன அதிகாரி திருநீலகண்ட தொண்டைமானே வழங்கியிருக்கிறார்.

கல்வெட்டு ஐந்து மற்றும் ஆறு

கோயிலில் இந்தக் கல்வெட்டுகள் கருவறை மேற்குப் புற வேதிகையிலும், அர்த்த மண்டப தென்புற அதிட்டானத்திலும் அமைந்துள்ளன. இவை முதலாம் மாறவர்மன் சுந்தரபாண்டியன் ஆட்சிக் காலத்தில் பொ.ஆ. 1134 மற்றும் 1216ஆம் ஆண்டுகளில் பொறிக்கப்பட்டுள்ளது. அபிஷேகப் பூஜைக்காக நிலக்கொடை அளிக்கப்பட்ட விவரங்களை இந்தக் கல்வெட்டுகள் கூறுகின்றன.

இந்தக் கோயிலின் வடபுறமுள்ள முப்பட்டைக் குமுதத்தில், இருபுறமும் கூட்டல் குறியீடு பொறிக்கப்பட்டுள்ள, 480 செ.மீ. அளவுள்ள நிலம் அளக்கும் பிற்கால பாண்டியர் காலத்தின் அளவுகோல் காணப்படுகிறது.

துணை நூல்:

உப்பார்பட்டி பிற்காலப் பாண்டியர் கல்வெட்டுகள் (ஆவணம்), வெ.வேதாசலம், தொல்லியல் கழகம், 2003.

பொ.ஆ. பதிமூன்றாம் நூற்றாண்டு

மேல்மங்கலம் நடுவீற்றிருந்த பெருமாள் கோயில்
(10° 06' 05' N - 77° 34' 57' E)

பெரியகுளத்தில் இருந்து ஆண்டிபட்டி செல்லும் சாலையில் ஐந்து கி.மீ. தூரத்தில் அமைந்துள்ள சிற்றூர் மேல்மங்கலம். இந்த ஊரின் வடக்கில் ஓடும் வராக நதியின் கரையில் வரதராசப் பெருமாள் கோயிலுக்கும், மாயா பாண்டீஸ்வரர் கோயிலுக்கும் இடையில் அமைந்துள்ளது நடுவீற்றிருந்த பெருமாள் கோயில். மற்ற பெருமாள் கோயில்களில் இருந்து மாறுபட்டு, இங்குள்ள பெருமாள் சிற்பம், அமர்ந்திருக்கும் (வீற்றிருக்கும்) நிலையில் அமைந்துள்ளது.

பொ.ஆ. 12 மற்றும் பதிமூன்றாம் நூற்றாண்டுகளில் முதலாம் மாறவர்மன் குலசேகரன் (பொ.ஆ. 1268 - 1318) காலத்துக் கல்வெட்டுகள் காணப்படுகின்றன. இங்கு தாமோதர மடம் என்ற பெயரில் ஒரு

வைணவ மடத்தை இம்மன்னன் காலத்தில் நிறுவி, அதற்கு மடப்புற மானியமாக நிலக்கொடை அளிக்கப்பட்டதை இங்குள்ள கல்வெட்டுகள் குறிப்பிடுகின்றன.

கோவிலின் வெளிப்புற அதிட்டானத்தில் உள்ள கல்வெட்டுகள் மண்ணிற்குள் புதைந்து, வாசிக்க இயலாத நிலையில் இப்போது காணப்படுகின்றன.

துணை நூல்:

மேல்மங்கலம் (கட்டுரை), முனைவர் வெ.வேதாசலம்

பொ.ஆ. பதிமூன்றாம் நூற்றாண்டு

சாமாண்டியம்மன் கோயில்
(9° 41' 04' N - 77° 17' 05' E)

கம்பம் நகரில் இருந்து ஆங்கூர்பாளையத்துக்குச் செல்லும் வழியில் அமைந்துள்ளது சாமாண்டிபுரம் எனும் சிற்றூர்.

இங்குள்ள சாமாண்டியம்மன் கோயிலில் பாண்டியர் கால கல்வெட்டு ஒன்று கிடைத்துள்ளது. ஆனால், கல்வெட்டு சிதைந்துள்ளதால் வாசிக்கும் நிலையில் இல்லை. கல்வெட்டின் எழுத்தமைதி கொண்டு இது பொ.ஆ. பதிமூன்றாம் நூற்றாண்டைச் சேர்ந்தது என்று கணிக்கப்படுகிறது.

துணை நூல்

1. கண்ணகி கோயிலும் வைகைப் பெருவெளியும் (ஆய்வு நூல்), பாவெல் பாரதி, கருத்துப்பட்டறை, 2018.

பொ.ஆ. பதிமூன்றாம் நூற்றாண்டு

சின்னமனூர் பூலாநந்தீஸ்வரர் கோயில்
(9°51'37' N - 77°23'06' E)

சின்னமனூரில் இருந்து குச்சனூர் செல்லும் வழியில் அமைந்திருக்கிறது பூலாநந்தீஸ்வரர் உடனுறை சிவகாமியம்மன் கோயில். இங்குள்ள கல்வெட்டுகளில் ராசசிம்மேஸ்வரர் கோயில் என குறிப்பிடப்பட்டுள்ளது. கோயிலின் வட, தென்புறச் சுவர்களிலும், சிவகாமியம்மன் கோயிலின் தென்புறச் சுவரிலும், மண்டபத்தின் முன்புறச் சுவர்களிலும் 1907ஆம் ஆண்டு படியெடுக்கப்பட்ட கல்வெட்டுகள், தென்னிந்திய கல்வெட்டுகள் தொகுதி (23) 1979ல் வெளியிடப்பட்டுள்ளது. கோயிலில் இருந்து கிடைத்த மொத்த கல்வெட்டுகளின் எண்ணிக்கை 27 என்று கூறப்படுகிறது.

முதலாம் மாறவர்மன் குலசேகர பாண்டியனின் ஆட்சிக்காலத்தில் (பொ.ஆ. 1270) அவன் மகனான இராஜசிம்மனால் இந்தக் கோயில் கட்டப்பட்டதாகக் குறிப்பிடப்பட்டுள்ளது. கட்டிய மன்னனின் பெயரில்

கோயில்களை அழைக்கும் வழக்கத்தில் இருந்துதான் இந்தக் கோயில், ராஜசிம்மேஸ்வரர் கோயில் என்று பெயர் பெற்றிருக்கிறது. இங்குள்ள கல்வெட்டுகளில் வெவ்வேறு ஆண்டுகளில் கோயிலுக்குக் கொடுக்கப்பட்ட கொடைகளும், நில தானங்களும் பதிவு செய்யப்பட்டுள்ளன.

முதலாம் மாறவர்மன் குலசேகர பாண்டியன் (பொ.ஆ.1270), முதலாம் சடையவர்மன் வீரபாண்டியன் (பொ.ஆ.1278), முதலாம் சடையவர்மன் சுந்தரபாண்டியன் (பொ.ஆ.1276) ஆகிய மன்னர்களின் ஆட்சிக்காலத்தின் கல்வெட்டுகள் கோயிலில் அமைந்துள்ளன.

நிலம், பொன், ஆடு போன்ற கொடைகள் வழங்கப்பட்டுள்ளன. இந்தப் பகுதியில் சுங்கம், வரி வசூலிக்கப்பட்டவுடன் அதிலிருந்து கிடைக்கும் தொகையின் ஒருபகுதியோ அல்லது முழுமையுமோ கோயிலுக்கு தானம் அளிக்கப்பட்டுள்ளது. கோயில் நிதியை கண்காணிப்பதற்கான மகாசபையாக "பண்ணை செய்வார்கள்", "வேலி செய்வார்கள்" ஆகிய இரு குழுக்களும் செயல்பட்டதாக பொ.ஆ. 1270ஆம் ஆண்டின் கல்வெட்டு கூறுகிறது.

கோயிலில் மலர்வனம் அமைப்பதற்காக ஏற்றுமதிப் பொருட்கள் மீது விதிக்கப்பட்ட சுங்க வரி பயன்படுத்தப்பட்டிருக்கிறது. மிளகு, மஞ்சள், சுக்கு போன்ற பொருட்களில் இருந்து வரி கிடைத்ததாகவும் கல்வெட்டு விவரிக்கிறது. துர்கா பரமேஸ்வரி கோயிலில் நந்தா விளக்கு எரிப்பதற்காக அருகிலுள்ள மூன்று கிராமங்களில்

சபையோர் முன்னிலையில் நிலதானம் அளிக்கப்பட்டுள்ளது. இந்தக் கோயிலில் பொ.ஆ. 1270களில் தேவரடியாள் இருந்ததற்கான குறிப்புகளும் கல்வெட்டில் காணப்படுகின்றன.

இங்குள்ள பெரும்பாலான கல்வெட்டுகளில், தேனி மாவட்டத்தின் பழைய பெயரான அழ நாடு என்பதும், சின்னமனூரின் பெயர் அரிகேசரி நல்லூர் என்பதும் இடம் பெற்றுள்ளது. இராசாக்கணாயன் திருநந்தவனம் என்ற பெயரில் ஒரு நந்தவனம் அமைக்கப்பட்டதையும் கல்வெட்டுகள் கூறுகின்றன. இந்தக் கோயிலின் இறைவர் திருப்பூலாந்துறை உடைய நாயனார் என்றும், ராஜசிம்மேஸ்வரமுடையார் என்றும் குறிப்பிடப்படுகிறார்.

கல்வெட்டின் சில வரிகள்...

"... பண்ணிக்கொடுத்த பரிசாவது செம்பினாட்டு மாலங்குடியில் மகாதேவன் பெரிய நாயனான வழுதி நாராயணதேவன் இந்தக் கோயிலில் தேவரடியாள் மங்கலி மகள் நல்லதாயான வழுதி நாராயண மாணிக்கத்துக்கு அனுபவப் பெருவிலையாகக் கொண்டு காணியுஞ் சிவிதமுமாக்க கொண்டு கொடுத்த நிலமாவது தெவார பன்ம நல்லூர் மணியன் கொவிந்தன் கற்போக்கில் விற்றுக் குடுத்த நிலம்..."

துணை நூல்கள்:

1. South Indian Inscriptions, Volume XXIII (1906 -07), Archaeological Survey of India, 1979.
2. The Aristocracy of Southern India, A.Vadivelu, Mittal Publications, 2017

பொ.ஆ. பதிமூன்றாம் நூற்றாண்டு

பெரியகுளம் கைலாசநாதர் திருக்கோயில்
(10° 06' 30' N - 77° 31' 00' E)

பெரியகுளம் நகரில் இருந்து தேனி செல்லும் சாலையில் அமைந்துள்ளது கைலாசபட்டி எனும் கிராமம். கைலாசபட்டியில் இருந்து அங்கு அமைக்கப் பட்டுள்ள நுழைவு அலங்கார வளைவில் இருந்து மேற்கில் இரண்டு கி.மீ. தூரத்தில் மலை அடிவாரமும், அங்கிருந்து மலைமேல் உள்ள சாலையில் பயணித்தால் கோயிலை அடையலாம்.

பிள்ளையார்பட்டிக்கு அடுத்தபடியாக இங்குள்ள வெள்ளை விநாயகர் குடைவரை கோயிலாக அமைக்கப்பட்டுள்ளது, இந்தக் கோயிலின் சிறப்பாகும்.

இங்குள்ள கல்வெட்டுகளில் நான்கு கல்வெட்டுகள் 1907ஆம் ஆண்டு படியெடுக்கப்பட்டு, தென்னிந்திய கல்வெட்டுத் தொகுப்பில் 1979ஆம் ஆண்டு பதிப்பிக்கப்பட்டன. மூன்று கல்வெட்டுகள் சிதைந்தும், ஒரே ஒரு கல்வெட்டு சிதையாமல் 49 வரிகளுடன் அமைந்துள்ளது. இந்தக் கல்வெட்டு முதலாம் மாறவர்மன் சுந்தரபாண்டியனின் பத்தொன்பதாம் ஆட்சியாண்டில் பொ.ஆ. 1234ஆம் ஆண்டில் பொறிக்கப்பட்டுள்ளது. அரசனின் பெருமைகளும், அன்றைய ஆட்சியின் சிறப்பும் முதல் முப்பத்தியோரு வரிகளில் விளக்கப்பட்டுள்ளன. இது சந்தத்தோடு இயற்றப்பட்ட பாடல் கல்வெட்டாகும்.

“அளநாட்டு வேள்குலராமனல்லூர் திருமலை நாயனார்”, “உய்யவந்த ஈஸ்வரமுடைய நாயனார்” என்று இக்கோயிலின் இறைவர் கல்வெட்டில் குறிப்பிடப்படுகிறார். இந்தக் கோயிலுக்கான நிலதானமாக ஏழரை மா அளவில் கொடை வழங்கப்பட்டுள்ளதையும், இச்செய்தியை பதிப்பித்தவர்கள் துவரப்பட்டி வேலன் மற்றும் துவரப்பட்டி பிரமாதிராஜன் என்றும் கல்வெட்டு குறிப்பிடுகிறது.

பாடல் கல்வெட்டின் சில வரிகள்...

“...கருங்கலி துறந்து செங்கோல் நடப்ப ஒருகுடை நிழலில் இருநிலங்குளிர மூவகைத் தமிழும் முறைமையில் விளங்க நால்வகை வேதமும் நவின்றுடன் வளர ஐவகை செய்வினை யியற்ற அறுவகை சமயமும் அழகுடன் திகழ எழுவகைப் பாடலும் இயலுடன் பரவ எண்டிசையளவுச் சக்கரஞ் செல்ல கொங்கணர் கலிங்கர் கொசலர் மாளவர் சிங்களர் தெலிங்கர் சிளலர் குச்சலர் வில்லவர் மகதர் விக்கலர் செம்பியர் பல்லவர் முதலியர் பாற்திவரெலா முறைவிட...”

துணை நூல்கள்:

1. South Indian Inscriptions, Volume XXIII (1906-07), Archaeological Survey of India, 1979.
2. தினமலர் கோயில்கள் இணையப்பக்கம்

பொ.ஆ. பதிமூன்றாம் நூற்றாண்டு

பிற்கால பாண்டியர் கோயில்
(9°39' 50' N - 77°16' 19' E)

கம்பம் நகரில் இருந்து 10.5 கி.மீ. தொலைவில், சுருளிப்பட்டியிலிருந்து பிரியும் சாலையில் அமைந்துள்ளது, குள்ளப்பக்கவுண்டன் பட்டி. இரும்புக்கால மக்களின் வாழ்விடமாக அறியப்பட்ட இந்தப் பகுதியில் பல்வேறு தொல்லியல் எச்சங்கள் தொடர்ந்து கிடைத்துக்கொண்டுள்ளன.

இந்த ஊரில் இருந்து சுருளியாறு மின்நிலையம் செல்லும் சாலையில் முல்லைப் பெரியாற்றின் மீது கட்டப்பட்ட சிறு அணை ஒன்று அமைந்துள்ளது. ஆற்றிலிருந்து பிரியும் சிறு ஓடையில் தண்ணீர் வற்றிய காலத்தில் பழைய கட்டடத்தின் சிதைவுகள் காணப்பட்டன. அவற்றைக் களஆய்வு செய்தபோது, அவை இடிந்த கோயிலின் பகுதிகள் என்று உறுதி செய்யப்பட்டன. சிதைந்த தூண்களும், கற்களில் செதுக்கப்பட்ட வெவ்வேறு வடிவங்களும், நுழைவாயில் மேற்கூரை வளைவு போன்ற பல கற்கள் ஓடையில் கிடந்தன. மண்ணில் புதைந்த

நிலையில் கோயில் அதிட்டானம் போன்ற பகுதி கிடைத்துள்ளது. அதில் தமிழ் எழுத்துகள் கல்வெட்டாக செதுக்கப்பட்டுள்ளன. உடைந்துபோன அதிட்டானம் என்பதால் கல்வெட்டின் எஞ்சிய பகுதிகளை அங்குக் கண்டறிய முடியவில்லை.

கற்களின் அமைப்பு, தூண்கள், கல்வெட்டு தமிழ் எழுத்துகளின் ஒழுங்கமைதி கொண்டு இக்கோயில் பிற்கால பாண்டியர்களின் கோயிலாக இருக்கலாம் என்பதும், இதன் காலம் பொ.ஆ. பதிமூன்றாம் நூற்றாண்டு என்பதும் கணிக்கப்படுகிறது. கல் அமைப்புகள் சின்னமனூர் பூலாநந்தீஸ்வரர் கோயில் மற்றும் மேல்மங்கலத்திலுள்ள பதிமூன்றாம் நூற்றாண்டுக் கோயில்களை ஒத்திருக்கின்றன. மண்ணில் புதையுண்டிருப்பதாலும், ஓடை நீரோட்டத்தில் இருப்பதாலும் கற்களின் வடிவங்கள் சிதைந்துபோய் உள்ளன.

துணை நூல்கள்:

1. மேல்மங்கலம் கோயில்கள் (கட்டுரை),
   முனைவர் வேதாசலம் செய்தித் தொகுப்பு,
   புதிய தலைமுறை தொலைக்காட்சி, மே 21, 2020

பொ.ஆ. பதிமூன்றாம் நூற்றாண்டு

பெரியகுளம் ராஜேந்திர சோழீஸ்வரர் கோயில்
(10°07' 37' N - 77°32' 17' E)

பெரியகுளம் நகரில், வராக நதிக்கரையில் கோயில் அமைந்துள்ளது. தேனி மாவட்டத்திலேயே பெரிய கோயிலாக அமைந்துள்ள இந்தக் கோயிலில் மூலவர் சிவனாக இருந்தாலும், முருகனே பிரதான கடவுளாக பிரசித்தி பெற்றிருக்கிறார். எனவே, ராஜேந்திர சோழீஸ்வரர் கோயில் என்ற பெயர் இப்போது பாலசுப்பிரமணியர் கோயில் என்று அழைக்கப்படுகிறது. இது ராஜேந்திர சோழன் காலத்தில் கட்டப்பட்டதாக அறியப்படுவதால், கோயிலின் பெயரில் ராஜேந்திர சோழீஸ்வரர் என்று மன்னனின் பெயரும் இணைக்கப்பட்டுள்ளது.

கோயிலில் அமைந்துள்ள ஆறு கல்வெட்டுகள் 1907ஆம் ஆண்டு படியெடுக்கப்பட்டு, 1979ஆம் ஆண்டில் தென்னிந்திய கல்வெட்டுத் தொகுப்பில் வெளியிடப்பட்டன. இங்குள்ள கல்வெட்டுகளில்

அ. உமர் பாரூக்

மிகவும் பழமையானது மாறவர்மன் சுந்தரபாண்டியனின் பொ.ஆ. 1216ஆம் ஆண்டு கல்வெட்டு ஆகும். முதலாம் மாறவர்மன் குலசேகர பாண்டியன் (பொ.ஆ. 1293) கல்வெட்டு ஒன்றும், மாறவர்மன் சுந்தரபாண்டியனின் நான்கு கல்வெட்டுகளும், காலம் குறிப்பிடப்படாத சிதைந்த கல்வெட்டு ஒன்றும் கிடைத்துள்ளது.

இதில் சுந்தரபாண்டியனின் கல்வெட்டில்தான் பெரியகுளம் நகரின் பழைய பெயரான தேசியறிய எறிவீரப்பட்டினம் என்பது குறிப்பிடப்பட்டுள்ளது. இந்தக் கல்வெட்டுகள் மூலம் கோயில் களுக்கான விளக்குகள் கொடை அளிக்கப்பட்ட செய்தியும், நிலதானம் அளிக்கப்பட்ட செய்தியும் தெரியவருகின்றன. இதே காலத்திலேயே பெரியகுளம் எனும் பெயரும் இருந்ததை கோயிலின் மேற்குச் சுவரில் இருந்த கல்வெட்டு உறுதி செய்கிறது.

துணை நூல்:

South Indian Inscriptions, Volume XXIII (1906 - 07),
Archaeological Survey of India, 1979.

பொ.ஆ. பதிமூன்றாம் நூற்றாண்டு

கம்பம் வேலப்பர் கோயில்
(9°44' 14' N - 77°16' 56' E)

கம்பம் நகரின் மையப்பகுதியில் கோயில் அமைந்துள்ளது. கருவறையின் பின்புறச் சுவரில் கல்வெட்டு இருந்ததற்கான அடையாளங்கள் காணப்படுகின்றன. ஆனால், கோயில் புதுப்பிக்கப்பட்ட போது சிமென்ட் பூச்சு மற்றும் சுவருக்கு வண்ணம் அடிக்கப்பட்டதால் கல்வெட்டினைச் சரியாகக் கண்டுபிடிப்பதில் சிரமம் உள்ளது. இங்கிருந்த கல்வெட்டு ஒன்று, 1907ஆம் ஆண்டில் மத்திய தொல்லியல் துறையால் படியெடுக்கப்பட்டு, 1979ஆம் ஆண்டு தென்னிந்திய கல்வெட்டுகள் தொகுப்பில் பதிப்பிக்கப்பட்டுள்ளது. தமிழும், கிரந்தமும் கலந்த எழுத்துகளில் அமைந்துள்ள இக்கல்வெட்டு முதலாம் சடையவர்மன் வீரபாண்டியனின் பத்தாம் ஆட்சியாண்டில் பொ.ஆ. 1262ல் பொறிக்கப்பட்டு உள்ளது.

இப்போது வேலப்பர் கோயில் என்று அழைக்கப்படும் இக்கோயில், வீரபாண்டியனின் காலத்தில் சுப்பிரமணியர் கோயில் என்ற பெயரோடு இருந்ததாக தென்னியந்திய கல்வெட்டுத் தொகுதி கூறுகிறது.

இந்தக் கோயிலின் செலவுகளுக்கான தானமாக "இந்நாட்டு சிவமாண்டானெரிக் குளக்கீழ் தெற்கில் மடைபொக்கில் முன் நடுவுடைய" நிலம் கொடையாக வழங்கப்பட்டிருப்பதையும், அந்நிலத்துக்கு வரிவிலக்கு அளிக்கப்பட்டிருப்பதையும் கல்வெட்டு கூறுகிறது.

துணை நூல்:

South Indian Inscriptions, Volume XXIII (1906 -07), Archaeological Survey of India, 1979.

பொ.ஆ. பதிமூன்றாம் நூற்றாண்டு

உத்தமபாளையம் திருக்காளத்தீஸ்வரர் கோயில்
(9°48' 10' N - 77°20' 10' E)

உத்தமபாளையம் நகரின் பேருந்து நிலையத்தின் அருகில் முல்லைப் பெரியாற்றின் கரையில் அமைந்துள்ளது திருக்காளத்தீஸ்வரர் கோயில். பொ.ஆ. பதிமூன்றாம் நூற்றாண்டில் இருந்தே இக்கோயில் இருந்ததாகக் கூறப்பட்டாலும், கோயிலிலுள்ள கல்வெட்டும் கட்டட அமைப்பும் நாயக்கர் காலத்தைச் சேர்ந்ததாக அமைந்துள்ளது.

கோயிலின் செப்புப் பட்டயம் மற்றும் கல்வெட்டு ஆகியவற்றின் மூலம் இக்கோயில் முழுமையாகக் கட்டி முடிக்கப்பட்ட ஆண்டு பொ.ஆ.1701 என்பதை அறிந்துகொள்ள முடிகிறது. பொ.ஆ. 1689ஆம் ஆண்டு முதல் 1704ஆம் ஆண்டு வரை மதுரையை ஆண்டவர் நாயக்கர் அரசியான ராணி மங்கம்மாள். இக்காலத்தில் திருவிதாங்கூர் மன்னர் கேரள வர்மாவுக்கும், ராணி மங்கம்மாளுக்கும் எல்லைத் தகராறு காரணமாக போர்

நடைபெற்றது. இப்போரின் போது கெங்கப்ப நாயக்கர், சாமிநாத நாயக்கர், விஸ்வநாத நாயக்கர் ஆகியோர் படைத் தளபதிகளாக இருந்துள்ளனர். இம்மூன்று நாயக்கர்களும் சமரசப் பேச்சுவார்த்தை மூலம் போரை முடிவுக்குக் கொண்டுவந்தனர். இவர்களின் பண வரவு, செலவைக் கவனிக்கும் கணக்குப் பிள்ளையாக பிச்சைக் கணக்கர் இருந்திருக்கிறார்.

பிச்சைக் கணக்கர் ஆந்திராவில் திருப்பதிக்கு அருகிலுள்ள காளஹஸ்தி செல்லும் வழக்கமுடையவர். தன்னுடைய வயது முதிர்வினால் அங்கு செல்ல இயலாத நிலையில், காளத்தீஸ்வரர் கோயிலை இங்கு கட்டி முடிக்கக் காரணமாக இருந்தார், பிச்சைக் கணக்கர். இவர்களின் வம்சாவளியினரை 'வம்சாவளி பட்டயத்தார்' என்று கடைசி நாயக்க மன்னர் வங்காறு திருமலை நாயக்கர் வழங்கிய செப்புப் பட்டயம் குறிப்பிடுகிறது.

கருங்கற்களால் கட்டப்பட்டிருக்கும் இந்தக் கோயில் நாயக்கர் கால சிற்பக்கலைக்கும், கட்டடக் கலைக்கும் சிறந்த உதாரணமாகத் திகழ்கிறது.

துணை நூல்:

1. உத்தமபாளையம் வரலாறு (கட்டுரை), முனைவர் எஸ்.வர்க்கீஸ் ஜெயராஜ், ஹாஜி கருத்தராவுத்தர் ஹௌதியா கல்லூரி, ஆண்டு மலர், 2018.

2. தேனி மாவட்ட வரலாறு, கம்பம் சோ.பஞ்சுராஜா, மணிமேகலை பிரசுரம்–2017.

பொ.ஆ. பதிமூன்றாம் நூற்றாண்டு

வீரபாண்டி கண்ணீஸ்வரமுடையார் கோயில்
(9°58' 01' N - 77°26' 14' E)

தேனி நகரிலிருந்து கம்பம் செல்லும் தேசிய நெடுஞ்சாலையில், தேனியிலிருந்து 8.5 கி.மீ. தூரத்தில் அமைந்துள்ள சிற்றூர் வீரபாண்டி. புல்லை நல்லூர் என்றும், புலி நல்லூர் என்றும் கல்வெட்டுகளில் குறிப்பிடப்படும் இந்த ஊர் மதுரையை ஆண்ட வீரபாண்டிய மன்னனின் பெயரால் வீரபாண்டிய நல்லூர் எனப் பெயர் பெற்றது. சாலையின் இடது புறத்தில், முல்லையாற்றின் கரையில் அமைந்துள்ளது கண்ணீஸ்வரமுடையார் கோயில். இதன் அருகில் அமைந்துள்ள கௌமாரியம்மன் கோயில் திருவிழா தமிழகம் முழுவதும் மிகவும் பிரசித்தி பெற்றதாகும்.

கோயிலின் கீழ்ப்புறத்தில் இருக்கும் ஆறு தனித்தனிக் கற்களில், ஆறு கல்வெட்டுகள் காணப்படுகின்றன. இவை 1907ஆம் ஆண்டு படியெடுக்கப்பட்டு, 1979ஆம் ஆண்டில் தென்னிந்திய கல்வெட்டுத் தொகுப்பில் வெளி

யிடப்பட்டன. பொ.ஆ. பதிமூன்றாம் நூற்றாண்டில் முதலாம் மாறவர்மன் சுந்தரபாண்டியன் (பொ.ஆ. 1216 - 1244) அளித்த கொடை பற்றிய கல்வெட்டுகள் இரண்டும், முதலாம் மாறவர்மன் விக்கிரம பாண்டியன் (பொ.ஆ. 1218 - 1232) காலத்துக் கல்வெட்டுகள் மூன்றும் உள்ளன.

மீதமுள்ள ஒரு கல்வெட்டு பொ.ஆ. பதினாறாம் நூற்றாண்டில் கிருஷ்ணதேவராயர்

(பொ.ஆ..1528) அளித்த கொடையைப் பற்றிய கல்வெட்டு ஆகும்.

இங்குள்ள கல்வெட்டுகள் கோயிலுக்கு நிலம் தானமாக வழங்கப்பட்டதையும், ஒருவர் அளித்த தர்மம் பற்றியும், கோயில் மண்டபம் கட்டுவதற்கு அளிக்கப்பட்ட தானம் பற்றியும் செய்திகளைக் கூறுகின்றன.

கல்வெட்டு அமைப்பில் கடைசி பகுதியாக ஓம்படைக் கிளவி அமைந்திருக்கும். ஓம்படைக்கிளவி என்பது கல்வெட்டில் சொல்லப்பட்ட கொடையைச் சரியாகப் பின்பற்றுபவருக்கு கிடைக்கும் பலனையும், பின்பற்றாதவருக்கு கிடைக்கும் பாவத்தையும் சொல்லும் பகுதியாகும். இங்குள்ள கல்வெட்டில் மன்னர் கிருஷ்ணதேவராயர் கல்வெட்டில் ஓம்படைக்கிளவி பொறிக்கப்பட்டுள்ளது. அதன் வரிகளைக் காணலாம்.

"... இந்த உபையம் இன்னயினாற்கு சந்திராதித்தர் வரைக்கும் நடக்க கடவதாகவும் இதுக்கு யாதொருத்தர் அகிதஞ் செய்த பேர் கெங்கைக் கரையில் காராம் பசுவை கொன்ற பாவத்திலே பெலன்கடவராகவும்..."

துணை நூல்:

South Indian Inscriptions, Volume XXIII (1906 -07),
Archaeological Survey of India, 1979.

பொ.ஆ. பதினான்காம் நூற்றாண்டு

கம்பம் வாவேர் பள்ளிவாசல்
(9°44' 20' N - 77°16' 55' E)

கம்பம் நகரில் வேலப்பர் கோயிலில் இருந்து கம்பம் மெட்டு செல்லும் வழியில் சுங்கத் தெருவில் அமைந்துள்ளது, வாவேர் பள்ளிவாசல். இது தேனி மாவட்டத்தின் பழமையான மசூதியாகும். இது பகுதி மக்களால் 'பெரிய பள்ளிவாசல்' என்று அழைக்கப்படுகிறது. இந்தியாவின் முதல் மசூதியை சேரநாட்டின் சேரமான் பெருமாள் எனும் பாஸ்கர ரவிவர்மா என்பவர் கொடுங்களூரில் பொ.ஆ. 612ஆம் ஆண்டும், தமிழகத்தின் முதல் மசூதி பொ.ஆ. 622ல் காயல்பட்டினத்திலும் கட்டப்பட்டது.

பொ.ஆ. 1311ஆம் ஆண்டில் பாண்டிய மன்னன் இரண்டாம் சடையவர்மன் சுந்தர பாண்டியனின் அழைப்பின் பேரில் டெல்லி சுல்தான் அலாவுதீன் கில்ஜியின் பிரதிநிதியாக மதுரைக்கு வந்தான், மாலிக்

காபூர். பாண்டிய மன்னர்களின் உள்நாட்டுப் பகையை அறிந்து கொண்ட மாலிக் காபூர் பாண்டிய நாட்டை தன் கட்டுப்பாட்டுக்குள் கொண்டுவந்து, மதுரையில் இருந்து கம்பம் வரை படையெடுத்து செல்வங்களைக் கொள்ளையிட்டான். அவனோடு வந்திருந்த பல இஸ்லாமிய அறிஞர்களும், யுனானி மருத்துவர்களும் மரணமடைந்த போது, அவர்கள் இறந்த பகுதியிலேயே அடக்கம் செய்யப்பட்டனர். அவ்வாறு அடக்கம் செய்யப்பட்ட பல கல்லறைகளை கம்பத்தில் இருந்து திண்டுக்கல் செல்லும் சாலை நெடுக பார்க்க முடியும். மாலிக் காபூர் கம்பம் வந்திருந்த போது மரணமடைந்த இஸ்லாமியர் இருவரின் சமாதிகள் வாவேர் பள்ளிவாசலின் வலது புறத்தில் மைதானத்தில் பன்னீர் மரத்தடியில் அமைந்துள்ளது. இதன் மூலம் மாலிக் காபூரின் வருகைக்கும் முன்பே இங்கு சிறு பள்ளிவாசலும், அடக்கத்தலமும் இருந்து வந்ததை அறியமுடிகிறது.

ஆங்கிலேயர் ஆட்சிக்காலத்தில் 'வாவா பக்ருதீன் பள்ளிவாசல்' என்ற பெயரில் அழைக்கப்பட்ட இப்பள்ளி, படிப்படியாக வாவேர் பள்ளி என்ற பெயரில் நிலைத்துவிட்டது. ஆங்கிலேயர் ஆட்சியில் நில சீரமைப்பு மற்றும் ராயத்து வரி விதிப்புக்காக தமிழக முழுவதும் இருந்த நிலங்கள் மறு அளவை செய்யப்பட்டு, ஆணைகள் வழங்கப்பட்டன. அதன் தொடர்ச்சியாக 1864ஆம் ஆண்டு மார்ச் மூன்றாம் தேதி இப்பள்ளிவாசலுக்கான நிலம் உறுதி செய்யப்பட்டு, அப்போது அமைக்கப்பட்டிருந்த இனாம் கமிஷனின் கோவை ஆணையர் அலுவலகம் மூலம் பள்ளிவாசல் பராமரிப்புக்காக நிலதானமும் வழங்கப்பட்டது.

தென்னிந்தியாவில் 'கல்லுப்பள்ளிகள்' என அழைக்கப்படும் கற்களால் கட்டப்பட்ட பள்ளிகளில் இதுவும் ஒன்று. 1864ஆம் ஆண்டிற்குப் பிறகு நடைபெற்ற பல்வேறு புதுப்பிப்பு பணிகளில் கற்களால் கட்டப்பட்ட சிறு பள்ளி புதுப்பிக்கப்பட்டு, செங்கற்களால் கட்டப்பட்டது.

பள்ளிவாசலின் நுழைவுப் பகுதியில் உள்ள நீர்த்தொட்டிக்கு அருகில் பழமையான சமாதிகள் அமைந்துள்ளன. வாவா

பக்ருத்தீன் அவர்களுடைய ஆண்டு குறிப்பிடாத அடக்கத்தலமும், அவருடைய மகன் அப்துல்லா ராவுத்தரின் (1880) அடக்கத்தலமும் ஒன்றாக அமைந்துள்ளது. அதே குடும்பத்தின் வாரிசுகளான சின்ன மலுகர்ணன் ராவுத்தர் (1914) மற்றும், முகமது மீரா லெவை ராவுத்தர் (1982) ஆகியோரின் அடக்கத்தலங்களும் அங்கேயே அமைந்துள்ளன. இங்குள்ள பழமையான கல்வெட்டின் மீதே, புதிய கல்வெட்டு வைக்கப்பட்டு புதுப்பிக்கப்பட்டுள்ளது. பள்ளியின் பின்புறமுள்ள அடக்க மைதானத்தில் பல பழமையான சமாதிகள் கல்வெட்டுகளோடு (மீசான் கல்) அமைந்துள்ளன.

துணை நூல்:

1. Inam Commission Report issued by Tamilnadu Wakf Board, T.D.No: 410 - 12 Dt. 3.3.1864
2. Registered sale deed of Subbaya Gounder and Vava Bahrudeen Mosque Dt.11.2.1928.
3. தேனி மாவட்டம் ஒரு வரலாற்றுப் பார்வை (கட்டுரை), வைகை அணீசு, இலக்குவனார் திருவள்ளுவன் இணையப்பக்கம், 2014
4. தேனி மாவட்ட வரலாறு, கம்பம் சோ.பஞ்சுராஜா, மணிமேகலைப் பிரசுரம், 2017
5. மாறவர்மன் குலசேகரப் பாண்டியன், எம்.எம்.தீன், காவ்யா, 2016.

பொ.ஆ. பதினாறாம் நூற்றாண்டு

கம்பம் கம்பராயப் பெருமாள் காசி விஸ்வநாதர் கோயில்
(9°44' 12' N - 77°17' 08' E)

கம்பம் நகரின் மையப் பகுதியில் குமுளி செல்லும் சாலையின் இடது புறமுள்ள கோட்டை மைதானத்தில் அமைந்துள்ளது. இது சைவ மற்றும் வைணவத் தலமாக, ஒரே வளாகத்தில் பெருமாள் கோயிலும், சிவன் கோயிலும் உருவாக்கப்பட்டுள்ளது.

விஜயநகரப் பேரரசின் கீழ் மதுரை இருந்த காலத்தில் கிருஷ்ணதேவராயரின் இறுதிக் காலத்தில் மதுரை நாயக்க அரசு உருவாக்கப்பட்டது. அதன் முதல் மன்னராக இருந்தவர் விஸ்வநாத நாயக்கர் (1529 - 1564). அவருடைய காலத்தில் கட்டப்பட்ட கோயில்களில் கம்பராயப் பெருமாள் காசி விஸ்வநாதர் கோயிலும் ஒன்று. நாயக்கர்களின் ஆட்சிக் காலத்துக்கும் முன்னதாகவே இப்பகுதியை ஆண்ட குறுநில மன்னர்களின் கோட்டை இங்கு அமைந்துள்ளது.

பொ.ஆ.1311 ஆம் ஆண்டு இப்பகுதிக்கு படை எடுத்து வந்த மாலிக் காபூர் கம்பம் கோட்டையை கைப்பற்றினான். அவனது தளபதிகள் முகமது மீரான், சஞ்சய் கான் எனும் இருவர் இப்பகுதியை ஆண்டுவந்ததாகச் சொல்கின்றனர். அப்போதிருந்த கோட்டையின் முன்புறத்தில் கண்காணிப்புக் கோபுரத்தைக் கட்டி முகமது மீரான் எனும் மொட்டை மீரான் அங்கு

கண்காணித்து வந்ததாகவும் சொல்லப்படுகிறது. அக்கோபுரம் இப்போது மொட்டைக் கோபுரம் என்று அழைக்கப்பட்டு, நாட்டார் தெய்வ வழிபாடாகத் தொடர்ந்து வருகிறது. மொட்டைக் கோபுரம் தவிர, கோட்டையின் எந்தப் பகுதியும் இப்போது இல்லை.

கோட்டையின் உட்புறம்தான் விஸ்வநாத நாயக்கரால் இந்தக் கோயில் கட்டப்பட்டிருக்கிறது. கோயில் வளாகத்தில் உள்ளே நுழைந்ததும் வலது புறமாக பெருமாள் கோயிலும், இடது புறமாக சிவன் கோயிலும் அமைந்துள்ளன. நாயக்கர்கால கட்டட அமைப்பில் கோயிலின் வடிவமைப்பும், சிற்பங்களும் அமைந்துள்ளன. விஸ்வநாத நாயக்கரின் தளகர்த்தர்களாக இப்பகுதியை ஆண்ட கம்பண நாயக்கர் மற்றும் உத்தப்ப நாயக்கர் ஆகிய இருவரின் பெயரிலேயே இவ்வூரின் பெயர்கள் அமைந்துள்ளன. இன்றைய பேருந்து நிலையம் செல்லும் சாலை ஓடையாக இருந்துள்ளது. ஓடையின் கிழக்குப் பகுதி கம்பம் எனவும், வடக்குப் பகுதி உத்தமபுரம் என்று அழைக்கப்படுகிறது.

துணை நூல்கள்:

1. தேனி மாவட்ட வரலாறு, கம்பம் சோ.பஞ்சுராஜா, மணிமேகலை பிரசுரம், 2017.

2. உத்தமபாளையம் வரலாறு (கட்டுரை), முனைவர் எஸ்.வர்க்கீஸ் ஜெயராஜ், ஹாஜி கருத்த ராவுத்தர் ஹௌதியா கல்லூரி, ஆண்டு மலர்–2019.

பொ.ஆ. பதினேழாம் நூற்றாண்டு

தேவாரம் அவிநாசியப்பர் கோயில்
(9°54' 06' N - 77°17' 08' E)

உத்தமபாளையம் நகரில் இருந்து போடிநாயக்கனூர் செல்லும் வழியில் இருக்கும் ஊர் தேவாரம். இங்கிருந்து போடி செல்லும் சாலையிலிருந்து இடது புறம் 2 கி.மீ. தொலைவில் கோயில் அமைந்துள்ளது. இங்கு இரண்டு கல்வெட்டுகள் கிடைத்துள்ளன. இவை படியெடுக்கப்பட்டு, தொல்லியல் கழகம் வெளியிட்ட ஆவணம், 2012ல் ஆய்வாளர்கள் பொ.இராசேந்திரன், சொ.சாந்தலிங்கம் ஆகியோரால் வெளியிடப்பட்டன.

பதினேழாம் நூற்றாண்டைச் சேர்ந்த இக்கல்வெட்டுகள் தேவாரம் ஜமீன்தார் குடும்பத்தாரால் அவிநாசியப்பர் கோயிலுக்குக் கொடுக்கப்பட்ட கொடை குறித்த விவரங்களைத் தெரிவிக்கின்றன. இப்போது கோயில் புதுப்பிப்பு பணி நடைபெற்று வருகிறது. கோயிலின் முழுப் பகுதியும் புதுப்பிக்கப்பட்டு, கட்டடம் பெரிதாகியுள்ளது. கல்வெட்டு கற்கள் கட்டுமானத்தின்போது இடம் மாறியுள்ளன.

முதல் கல்வெட்டு, முன்மண்டபத்தில் வலப்புறக் கிழக்குச் சுவரில் அமைந்துள்ளது. கோயிலில் திருப்பரிவட்டம், திருவிளக்கு வகை செலவுகளுக்காக தேவாரம் ஜமீன் குடும்பத்தாரால் கொடுக்கப்பட்ட நிலக்கொடையை விவரிக்கிறது. இக்கல்வெட்டில் அளவுகளைக் குறிக்கும் குறியீடுகள் பயன்படுத்தப்பட்டுள்ளன. ள–கலம், த–துணி, வங–பதக்கு.

கல்வெட்டு வாசகங்களைப் பார்க்கலாம்...

"சித்தார்த்தி ளூ அற்பசி மீ 10 தியதி மொக்கையன் நாயக்கர் இலக்கையர் வாய்யப்ப தட்டையில் அணைக்குக்கீழ் முதல் மடையில் நயினார் அவிநாசி அப்பர்க்கு திருப்பரிவட்டம் திருவிளக்கும் விட்ட நிலம் 4 ளய குளி நிலத்துக்குவிட்ட நிலம் 4 ளதவ ஆதளை த வங சம்பக்குண்டையிலளித்த விளை ஆக நிலம் 4 ளதவ இந்த நிலம் நாற்கலனே தூணிப் பதக்கும் சந்திராதித்தவற் செல்ல இலக்கைய நாயக்கர் தன்மம் நடக்க இதுக்கு இலங்கனம் சொன்னவன் கெங்கை கரையில் கபிலையைக் கொன்ற பாவத்திலே போவார்கள்."

இந்தக் கல்வெட்டு பதினோரு வரிகளோடும், இரண்டாம் கல்வெட்டு பனிரெண்டு வரிகளோடும் பொறிக்கப்பட்டுள்ளது.

இரண்டாவது கல்வெட்டு கோயில் முன் மண்டப வடச்சுவரில் பதிக்கப்பட்டுள்ளது. கோயிலுக்கு அமுதுபடிக்காக மேலே குறிப்பிட்டுள்ள இலக்கைய நாயக்கரால் கொடையாக அளிக்கப்பட்ட நிலம் பற்றிய விவரங்கள் குறிப்பிடப்பட்டுள்ளன.

துணை நூல்:

தேவாரம் அவிநாசியப்பர் கோயில் கல்வெட்டுகள் (ஆவணம்), பொ.இராசேந்திரன், சொ.சாந்தலிங்கம், தொல்லியல் கழகம், 2012.

பொ.ஆ. பதினேழாம் நூற்றாண்டு

ஓடைப்பட்டி சதிக்கல்

(9°49' 47' N - 77°26' 42' E)

சின்னமனூர் வட்டத்தில் அமைந்துள்ள சிற்றூர் ஓடைப்பட்டி. இந்த ஊருக்கு அருகில் பதினேழாம் நூற்றாண்டைச் சேர்ந்த சதிக்கல் கண்டறியப்பட்டுள்ளது. இது தொல்லியல் கழகம் வெளியிட்ட ஆவணம், 2016ல் ஆய்வாளர் எம்.கனகராஜ் அவர்களால் வெளி யிடப்பட்டது.

கணவன் இறந்தவுடன் மனைவி, விருப்பத்தோடோ அல்லது கட்டாயத்தாலோ உடன்கட்டை ஏறும் பழக்கம் இந்தியா முழுவதும் இருந்து வந்துள்ளதை வரலாற்று ஆவணங்கள் உறுதி செய்துள்ளன. அப்படி இறந்து போகும் பெண்ணின் நினைவுக்காக வைக்கப்படும் நடுகல்லே 'சதிக்கல்' என்று அழைக்கப்படுக்கிறது. தமிழகத்தில் கிடைத்துள்ள நிறைய சதிக்கற்கள் சென்னை அரசு அருங்காட்சியகத்தில் காட்சிக்கு வைக்கப்பட்டுள்ளன.

ஓடைப்பட்டிக்கு அருகில் கிடைத்துள்ள சதிக்கல் குழந்தையுடன் தீயில் பாய்ந்த பெண்ணுடையதாகும். வழக்கமான சதிக்கற்களில் பெண்ணின் சிற்பம் மட்டுமே செதுக்கப்பட்டிருக்கும். இச்சதிக்கற்களில் கணவனும், அவன் இறப்புக்கு காரணமான குறிப்புகளும் சிற்பமாக வடிக்கப்பட்டிருக்கும். ஆனால், ஒரு குழந்தையுடன் தாய் உடன்கட்டை ஏறிய சிற்பம் அரிதானது. இந்தக் கல்லில் புடைப்புச் சிற்பமாக ஓர் ஆண் (அவளின் கணவன்) போர் வீரனாக இருந்து போரில் இறந்துள்ள நிலையைக் குறிக்கும் வகையில் உடைவாளை ஒரு கையில் பிடித்துக்கொண்டு, இன்னொரு கையில்

நீளமான வாளை தரையில் ஊன்றி நிற்பது போன்ற கம்பீரமான தோற்றம் காணப்படுகிறது. பெண் முழங்கால் வரை சேலை உடுத்தியும், மேலாடையின்றி ஒழுங்கமைக்கப்பட்ட கேசத்தோடும், காலில் தண்டை அணிந்தும், கையில் வளையல்கள் அணிந்தும் சிற்பம் அமைக்கப்பட்டுள்ளது. செல்வச் செழிப்புள்ள பெண்ணின் சதிக்கல்லாக இது இருக்கலாம் என்று ஆய்வாளர் குறிப்பிடுகிறார். பெரும்பாலான சதிக்கற்கள் வழிபடப்படுவதைப்போலவே, இந்தக் கல்லும் காவல் தெய்வமாக வழிபடப்பட்டு வருகிறது.

துணை நூல்:

குழந்தையுடன் தீயில் பாய்ந்த பெண் சதிக்கல் (ஆவணம்), எம்.கனகராஜ், தொல்லியல் கழகம், 2016.

பொ.ஆ. பதினேழாம் நூற்றாண்டு

பூதிப்புரம் வீரக்கல்
(10°00' 18' N - 77°26' 50' E)

தேனி பகுதியில் மஞ்சிநாயக்கன்பட்டி ஊராட்சிக்குட்பட்ட கொப்புரெங்கன்பட்டி என்ற பூதிப்புரம் கிராமத்தில் வீரக்கல் ஒன்று கண்டறியப்பட்டுள்ளது. இது தொல்லியல் கழகம் வெளியிட்ட ஆவணம், 2016ல் ஆய்வாளர் சி.மாணிக்கராஜ் அவர்களால் வெளியிடப்பட்டது.

பொ.ஆ. 17 - 18ஆம் நூற்றாண்டைச் சேர்ந்த வீரக்கல் ஆகும். நடுகல்லில் அண்ணன் தம்பி இருவரின் சிற்பமும் பொறிக்கப்பட்டுள்ளது. இச்சகோதரர்கள் இவ்வூரின் ஊர்க்காவல் வீரர்களாக இருந்து எதிரிகளிடமிருந்து ஊரைப் பாதுகாப்பதற்காக நடைபெற்ற போரில் வீரமரணம் அடைந்ததன் நினைவாக இந்த நடுகல் வைக்கப்பட்டிருக்கலாம். இது நான்கு அடி உயரமும், மூன்று அடி அகலமும் உடைய கல்லில் புடைப்புச் சிற்பமாக செதுக்கப்பட்டிருக்கிறது. இவ்விரு வீரர்களும் தமது வலது கைகளில் பெரிய போர்வாளை உயர்த்திப் பிடித்த நிலையிலும், இடது கைகளில் அவரவர் இடுப்பிலுள்ள குறுவாள்களை பிடித்தபடியும் கம்பீரமான தோற்றத்தில் செதுக்கப்பட்டுள்ளனர். இடதுபுறத் தலையில் கொண்டை அமைப்பும், காதில் குண்டலங்களும், முழங்கால் வரை கட்டிய கச்சையும் வெகு நேர்த்தியாகக் காட்டப்பட்டுள்ளன.

துணை நூல்:

அண்ணன் தம்பி வீரக்கல் (ஆவணம்),
சி.மாணிக்கராஜ், தொல்லியல் கழகம், 2016.

பொ.ஆ. பதினேழாம் நூற்றாண்டு

வீரபாண்டி சதிக்கல்
(9°57' 51' N - 77°26' 34' E)

தேனியில் இருந்து கம்பம் செல்லும் சாலையில் அமைந்துள்ளது வீரபாண்டி. இவ்வூரைக் கடந்து செல்லும் புறவழிச்சாலையில் இருந்து, குடியிருப்புப் பகுதிக்குச் செல்லும் பாதையில் இடது ஓரத்தில் சதிக்கல் வைக்கப்பட்டுள்ளது. நான்கு அடி உயரமும், இரண்டரை அடி அகலமும் கொண்ட இக்கல்லில் புடைப்புச் சிற்பங்கள் செதுக்கப்பட்டுள்ளன.

இடது புறம் ஒரு ஆணின் சிற்பமும், வலது புறம் ஒரு பெண்ணின் சிற்பமும் அமைந்துள்ளது. ஆணின் வலது கையில் உயர்த்தப்பட்ட நிலையில் ஒரு வாளும், இடது கை, இடுப்பில் கையூன்றிய படியும் அமைந்துள்ளது. முழங்கால் வரை கட்டிய கச்சை நேர்த்தியாக செதுக்கப்பட்டுள்ளது. பெண்ணின் சிற்பம் சதிக்கற்களுக்கே உரிய தன்மையின் படி வலது கையை மேல் நோக்கி உயர்த்தியபடியும், இடது கை இடுப்பில் ஊன்றியபடியும் முழங்கால் வரை சேலை உடுத்தியும், மேலாடையின்றி ஒழுங்கமைக்கப்பட்ட கேசத்தோடும், கையில் வளையல்கள் அணிந்தும் அமைந்துள்ளது. இது பதினேழு-பதினெட்டு நூற்றாண்டைச் சேர்ந்த சதிக்கல்லாக இருக்கலாம் என்று கணிக்கப்பட்டுள்ளது.

பொ.ஆ. பதினேழாம் நூற்றாண்டு

புதுப்பட்டி நடுகற்கள்

($9^\circ 46' 09'$ N - $77^\circ 18' 42'$ E)

கம்பம் நகரில் இருந்து தேனி செல்லும் சாலையில் நான்கு கி.மீ. தொலைவில் அமைந்துள்ளது புதுப்பட்டி எனும் சிற்றூர். ஊரைக் கடந்துபோகும் தேசிய நெடுஞ் சாலையில் வலது புறம் அமைந்துள்ளது சாலையோர சிறு வழிபடுமிடம். சாலை அகலப்படுத்தும் பணியில் கவனிப்பாரற்றுக் கிடக்கும் இக்கற்கள், ஆண்டுதோறும் வழிபடப்பட்டு வந்ததற்கான பூஜைப் பொருட்கள் கிடக்கின்றன.

வழிபடும் பகுதியின் கீழ்ப்புறமாக அமைந்திருக்கும் மூன்றடி நடுகல் புடைப்புச் சிற்பமாக அமைந்துள்ளது. வலது கை நீளமான வாளை உயர்த்திய நிலையிலும், இடது கையில் நீளமான ஆயுதம் ஒன்றை தரையில் ஊன்றிய நிலையிலும் வீரன் ஒருவனின் சிற்பம் அமைக்கப்பட்டுள்ளது. இடுப்பில் அலங்காரம் செய்யப்பட்ட முழங்கால் வரை நீளும் கச்சையோடும், தலையின் இடதுபுறம் அமைக்கப்பட்டுள்ள

கொண்டையோடும் நிற்கிறது இச்சிற்பம். வீரனின் கால்பகுதி தரையில் புதைந்துள்ளது. சரியான பராமரிப்பின்றி, சிற்பம் அரித்துப் போன நிலையில் உள்ளது.

இந்த நடுகல்லுக்கு மேற்புறமாக, இன்னொரு நடுகல் அமைந்துள்ளது. இது நான்கு அடி உயரமும், இரண்டரை அடி அகலமும் கொண்டதாகக் காணப்படுகிறது. ஒரே போரில் இறந்த பல வீரர்களுக்கான கூட்டு நடுகல் இது. இக்கல்லில் கீழிருந்து மேலாக நான்கு பகுதிகளாகப் பிரிக்கப்பட்டு, காட்சியை விளக்கும் சிற்பங்கள் அமைக்கப்பட்டுள்ளன.

முதல் சிற்பத்தில் குதிரையின் மீது அமர்ந்த நிலையில் ஒரு வீரன் இருக்கிறார். அருகில் ஒரு நபர் குதிரையின் முகத்தைத் தொட்டவாறு நின்றிருக்கிறார்.

இரண்டாவது அடுக்கு சிற்பத்தில் இரு காவல் வீரர்கள் நிற்கிறார்கள்.

மூன்றாவது அடுக்கில் இருபுறமும் விலங்குகள் நிற்க, ஒரு வீரன் மேல் நோக்கிப் பறப்பதுபோல் அமைக்கப்பட்டுள்ளது.

நான்காவது அடுக்கில் சந்திரனும், சூரியனும் சொர்க்கத்தின் அடையாளமாகப் பொறிக்கப்பட்டுள்ளன. நடுகல்லில் இறந்த வீரர்கள் சொர்க்கத்தை நோக்கிச் செல்லும் குறியீடுகள் காட்டப்பட்டுள்ளன. இந்தக் கல்லும் சரியான பராமரிப்பின்றி, அரிக்கப்பட்ட நிலையில் இருக்கிறது.

இந்த இரண்டு நினைவுக் கற்களும் பதினேழு, பதினெட்டாம் நூற்றாண்டுகளைச் சேர்ந்தவையாக இருக்கலாம் என்று கணிக்கப்படுகிறது.

பொ.ஆ. பதினேழாம் நூற்றாண்டு

பாலகோம்பை செப்பேடு

(9°54' 34' N - 77°37' 26' E)

ஆண்டிபட்டியில் இருந்து தேனி செல்லும் சாலையில் இடது புறத்தில் அமைந்திருக்கும் சாலையில் 16 கி.மீ. தூரத்தில் அமைந்துள்ளது பாலகோம்பை கிராமம். இங்கிருந்து கிடைத்த செப்பேடு என்பதால் இது பாலகோம்பை செப்பேடு என்று அழைக்கப்படுகிறது. இது திருமலை நாயக்கர் ஆட்சிக்காலத்தில் பொ.ஆ. 1654ஆம் ஆண்டில் அளிக்கப்பட்ட செப்புப் பட்டயம் ஆகும்.

மதுரையில் ஆரியவம்ச மல்லினாக்கன் மகன்களான ராமலிங்கம் பிள்ளை, சென்னைப் பிள்ளை உள்ளிட்ட ஏழு குடும்பங்கள் வசித்து வந்தன. இக்குடும்பத்தில் திருமலை நாயக்கர் பெண் கேட்டதால் மதுரையில் இருந்து ஏழு குடும்பங்களும் வெளியேறி, முரிஞ்சு நாடு சென்று, அங்கு ஆரியப்பட்டி என்ற பெயரில் ஊரை அமைத்து தங்கிக்கொண்டனர். அங்கு கள்ளர் தொந்தரவு இருந்ததால், அங்கிருந்து மேல் மங்கலரேவுக்கு குடியேறினர். அங்கிருந்த சதுரகிரி காமய நாயக்கரிடம் சென்று, தட்சணை, வெற்றிலை, பாக்கு, சர்க்கரை வைத்து மரியாதை செய்து அவருக்கு கீழ்ப்படிந்தவர்களாக இணைந்து கொண்டார்கள். காமய நாயக்கரும் தன் படையில் அவர்களைச் சேர்த்துக் கொண்டு (சேவுகா விருத்தி) அதன் அடையாளமாக பாற்சீலை, துப்பட்டி, தலைப்பாகை ஆகியவற்றைக் கொடுத்து மரியாதை செய்தார்.

இக்காலத்தில் கரட்டுமுந்தல் என்ற் இடத்தில் இருந்த துள்ளுக்குட்டி நாயக்கர் என்பவர் காமய நாயக்கருக்குக் கட்டுப்படாமல் இருந்தார். காமய நாயக்கரின் ஆணையின் பேரில் ஆரிய வம்சத்தை சேர்ந்தவர்கள் துள்ளுக்குட்டி நாயக்கரைக் கொன்று வெற்றி கண்டனர். இதனைப் பாராட்டி, காமய நாயக்கர் ஆரிய வம்சத்தினருக்கு அளித்த செப்புப் பட்டயம்தான் இது.

மங்கலரேவைச் சேர்ந்த எட்டுப்பட்டி கிராம நாட்டாண்மை உரிமையும், பாறைக்குளம் மஞ்சள் மடைப்பாசனத்தில் 7 காணி நஞ்சை நிலமும், ஆற்றுக்கு வடக்கில் 10 சங்கிலி புஞ்சை நிலமும், பெருமாள் கோயில், விநாயகர் கோயில் மானியங்களும் அவர்களுக்கு வழங்கப்பட்ட விவரங்களை பாலக்கோம்பை செப்பேடு விவரிக்கிறது.

இச்செப்பேடு மின்னுருவாக்கம் செய்யப்பட்டு, தமிழ்நாடு அரசின் தொல்லியல் துறையால் பராமரிக்கப்படுகிறது.

துணை நூல்:

மின்னுருவாக்க ஆவணம், தமிழிணையம்,
தமிழ்நாடு அரசு தொல்லியல் துறை.

பொ.ஆ. பதினேழாம் நூற்றாண்டு

கூடலூர் அழகிய பெருமாள் கோயில்

(9° 40' 40' N - 77° 14' 55' E)

கம்பம் நகரிலிருந்து குமுளி செல்லும் சாலையில் அமைந்துள்ளது கூடலூர். இங்குள்ள பழமையான கோயில் அழகிய பெருமாள் கோயில். கோயிலிலுள்ள கல்வெட்டு ஒன்று மத்திய அரசின் தொல்லியல் துறையால் 1907ஆம் ஆண்டு படியெடுக்கப்பட்டு, தென்னிந்திய கல்வெட்டு தொகுப்பில் 1979ஆம் ஆண்டு பதிப்பிக்கப்பட்டது.

சேரமன்னன் "மாளையாளம் தம்புராநார்" (மலையாளத் தம்பிரான்) என அழைக்கப்படும் குலசேகரப் பெருமாள் இக்கோயிலுக்கு அளித்த கொடை குறித்து 53 வரிகளில் அமைந்துள்ள கோயில் கல்வெட்டு விவரிக்கிறது. பொ.ஆ. 1668ஆம் ஆண்டு ஆகஸ்ட் ஒன்பதாம் தேதி ஞாயிற்றுக்கிழமையன்று இக்கோயிலில் கல்வெட்டு வைக்கப்பட்டுள்ளதாக அதில் குறிப்பிடப்பட்டுள்ளது.

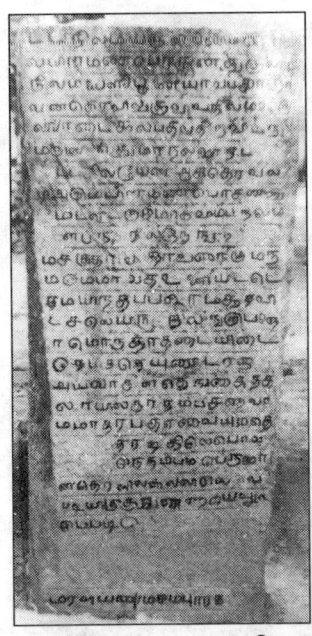

ஆறு கோயில்களுக்கு நில மானியம் அளிக்கப்பட்ட விவரங்களை விரிவாகச் சொல்கிறது கல்வெட்டு. இதில் கண்ணகி கோயில் மங்கலதேவி அம்மன் கோயில் என்ற பெயரில் குறிப்பிடப்பட்டு, அக்கோயிலுக்கும் மானியம் அளிக்கப்பட்ட விவரம் கொடுக்கப்பட்டுள்ளது.

கல்வெட்டில் இருந்து சில வரிகள்...

"...கூடலூரில் நான்கு எல்லைக்குட்பட்ட நிலத்தில் முடுக்குவயல் திருத்தியாவது வறட்டாத்துக்கு போகிற வாய்க்காலுக்கு கிழக்கு முடுக்கு வயல் எல்லைக் கல்லுக்கு மேற்படி கொடி வாய்க்காலுக்கு தெற்கு இந்நான்கு சதுரத்துக்குள்பட்ட நிலத்தில் நெடுமாக்கல் பணிகளுக்கு விட்ட நிலம் 20 கலத்துக்கு வயல் 40 கலம் போக பாக்கி உண்டான நிலத்தில் மங்கலதேவி அம்மன் பூசைக்கு விட்ட நிலம் கலம் 15ஆம் அழகர்கோவிலுக்கு விட்ட நிலம் கலம் 60ம், வன்மீகனாத சுவாமிக்கு விட்ட நிலம் கலம் 10ம், பெரியாத்து சாஸ்தாவின் பூசைக்கு விட்ட நிலம் கலம் 15ம், மேற்படி கோவில் பிராமண போசனத்துக்கு விட்ட நிலம் 5ம், எட்டும நல்லூருக்கு விட்ட நிலம் கலம் 50ம், ஆக கோவில் 6க்கும் பிராமண போசனத்துக்குமாக விட்ட நிலம் 200 கலம், இந்த நிலம் சந்திரன் ஆதித்தன் உள்ள வரைக்கும் நடக்கும்படியாக கட்டளையிட்டோம்..."

துணை நூல்:

1. *கண்ணகி கோவிலும் வைகைப் பெருவெளியும்(ஆய்வு நூல்), பாவெல் பாரதி, கருத்து பட்டறை, 2018.*

2. South Indian Inscriptions, Volume XXIII (1906 -07), Archaeological Survey of India, 1979.

3. *தேனி மாவட்ட வரலாறு, கம்பம் சோ.பஞ்சுராஜா, மணிமேகலை பிரசுரம், 2017.*

பொ.ஆ. பதினேழாம் நூற்றாண்டு

கூடலூர் ஈஸ்வரன் கோயில்
(9° 40' 41' N - 77° 14' 49' E)

கூடலூரில் அழகிய பெருமாள் கோயில் வழியாக வயல்பகுதிக்குச் செல்லும் சாலையில் ஊரிலிருந்து தொலைவில் அமைந்துள்ளது. உள்ளூர் மக்களால் ஈஸ்வரன் கோயில் என அழைக்கப்படும் இக்கோயில், தோற்றத்தில் தஞ்சை பிரகதீஸ்வரர் கோயில் போல, மிகச் சிறிய அமைப்போடு கட்டப்பட்டுள்ளது.

கோயிலின் சிறிய முன் மண்டபமும், உள் பிரகாரமும், கருவறையின் கீழ்ப்பகுதியும் கற்களால் கட்டப்பட்டிருக்கிறது. கோயில் விமானப் பகுதி மட்டும் சுடு மண்ணால் செய்யப்பட்ட சுதை சிற்பங்களால் அமைந்துள்ளது. முழு கோயிலின் அமைப்பும், சுதை சிற்பங்களும் சிதைந்து போயிருக்கின்றன.

பிற்கால பாண்டியர்களின் காலத்தில் நாயக்கர் கால கட்டடப் பாணியில் இந்தக் கோயில் கட்டப்பட்டிருக்கிறது. இது பதினேழு அல்லது பதினெட்டாம் நூற்றாண்டைச் சேர்ந்ததாக இருக்கலாம் என்று ஆய்வாளர் வேதாசலம் அவர்கள் உறுதி செய்கிறார். அதிட்டானப் பகுதி, சுற்றுச்சுவர் போன்ற பகுதிகளில் கல்வெட்டுகள் இருந்திருக்கலாம்.

எல்லா கற்களின் வெளிப்புறமும் சிதைவடைந்திருப்பதால் எழுத்துகள் இருப்பதைப்போலவே தெரியவில்லை. தொடர் வழிபாடுகளும், பராமரிப்புமின்றி இந்தப் பழமையான கோயில் கைவிடப்பட்ட நிலையில் காட்சியளிக்கிறது.

பொ.ஆ. பதினேழாம் நூற்றாண்டு

கூடலூர் நான்கு அடுக்கு வீரக்கல்
(9° 40' 36' N - 77° 14' 32' E)

கூடலூரில் இருந்து குமுளி செல்லும் சாலையில் என்.எஸ்.கே.பி.பள்ளியின் எதிர்புறம் ஊருக்குள் செல்லும் சாலையில் ஏரி அமைந்துள்ளது. இதன் கரையிலுள்ள சிறு வழிபாட்டுத்தலத்தில் வீரக்கல் அமைந்துள்ளது.

இது நான்கு அடி உயரமும், இரண்டரை அடி அகலமும் கொண்டதாகக் காணப்படுகிறது. இந்த வீரக்கல்லில் கீழிருந்து மேலாக நான்கு பகுதிகளாகப் பிரிக்கப்பட்டு, காட்சியை விளக்கும் சிற்பங்கள் புடைப்புச் சிற்பங்களாக அமைக்கப்பட்டுள்ளன. முதல் சிற்பத்தில் ஒரு வீரன் இரு கைகளையும் உயர்த்திய நிலையில் இருக்கிறார். அவரின் இருபுறமும் இரு தேவதைகள் கைகளைப் பிடித்தபடி நிற்கின்றனர். அடுத்தடுத்த அடுக்கு சிற்பங்களில், வீரர்கள் குதிரையின் மீது அமர்ந்த நிலையில் கையில் வேல் போன்ற நீள் கம்பு ஒன்றை பிடித்திருப்பது போலவும், குதிரையின் தலைப்பகுதியில் இன்னொருவர் போர் புரிவதுபோலவும் சித்திரிக்கப்பட்டுள்ளது. போரில் இறந்த வீரர்கள் சொர்க்கத்தை நோக்கிச் செல்லும் குறியீடுகள் காட்டப்பட்டுள்ளன. இந்தக் கல் சரியான பராமரிப்பின்றி, அரிக்கப்பட்ட நிலையில் இருக்கிறது. இந்தச் சதிக்கல் பதினேழு, பதினெட்டாம் நூற்றாண்டுகளைச் சேர்ந்தவையாக இருக்கலாம் என்று கணிக்கப்படுகிறது.

பொ.ஆ. பதினெட்டாம் நூற்றாண்டு

பெரியகுளம் மடைக் கல்வெட்டு
(10° 07' 22' N - 77° 31' 37' E)

தேனி மாவட்டத்தின் பண்டைய பெருவழியில் அமைந்த முக்கியமான வணிகநகரமே பெரியகுளம். பிற்காலப் பாண்டியர்களில் மாறவர்மன் சுந்தரபாண்டியனின் பொ.ஆ. 1216ஆம் ஆண்டு கல்வெட்டுகளில் இவ்வூர், 'ஆலங்குளமான தேசியறிய எறிவீரபட்டினம்' என்ற பெயரில் அழைக்கப்பட்டிருப்பதையும், அப்போதே பெரியகுளம் என்று பெயர் இருப்பதையும் அறியமுடிகிறது.

பெரியகுளம் என்பது பெரிய ஏரியைச் சார்ந்த குடியிருப்பு என்ற பொருளில் இப்பெயர் உருவாகியிருக்கும். இவ்வூரில் அமைந்துள்ள பழமையான ஏரியின் முதல் மடையில் பொ.ஆ. 1713ஆம் ஆண்டு கல்வெட்டு காணப்படுகிறது. இக்கல்வெட்டு கு.சேதுராமன் அவர்களால் படியெடுக்கப்பட்டு, தொல்லியல் கழகத்தின் 1999ஆம் ஆண்டு ஆவணத்தில் வெளியிடப்பட்டுள்ளது.

ஏரியின் முதல் மடையின் பெயர் கங்காமடை. இந்தக் கல்வெட்டு பெரியகுளம் தென்கரை பகுதியைச் சேர்ந்த நரசய்யன் மகன் அம்புலிங்கய்யன் கங்கா மடையை திருத்தி அமைத்ததைத் தெரிவிக்கிறது. பதிமூன்று வரிகளில் அமைந்திருக்கும் இக்கல்வெட்டின் வாசகங்கள்.

"ஸ்வஸ்திஸ்ரீ சாலி வாகன சகாப்தம் 1635 இதன்மேல் செல்லா நின்ற விசய ஸு சித்திரை மீ 23உ திங்கள்கிளமை நாளில் தென்கரை மகாசனங்களில் நரசய்யனவர்கள் புத்திரன் அம்புலிங்கய்யனவர்கள் உபயம்."

துணை நூல்:

பெரியகுளம் மடைக்கல்வெட்டு (ஆவணம்), கு.சேதுராமன், தொல்லியல் கழகம், 1999.

பொ.ஆ. பதினெட்டாம் நூற்றாண்டு

உத்தமபாளையம் செப்பேடு
(9° 48' 30' N - 77° 19' 43' E)

உத்தமபாளையத்தில் உள்ள முன்னாள் கோயில் கணக்கர் எஸ்.கே.நடராசன் அவர்களிடமிருந்து, ஆய்வாளர் மா.சந்திரமூர்த்தி 1999ஆம் ஆண்டு இந்தச் செப்பேட்டைப் பெற்றார். 950 கிராம் எடையும், 35 செ.மீ. நீளமும், 6 செ.மீ அகலமும் உடைய இந்தச் செப்பேடு மைப்படி எடுக்கப்பட்டு, ஆய்வாளர் மா.சந்திரமூர்த்தி அவர்களால் தொல்லியல் கழகத்தின் 1999ஆம் ஆண்டு ஆவணத்தில் வெளியிடப்பட்டுள்ளது.

முன்புறச் செப்பேட்டில் தமிழில் இருபது வரிகளும், அதனிடையே தெலுங்கில் மூன்று வரிகளும் அமைந்துள்ளன. செப்பேட்டின் பின்புறத்தில் தமிழில் இருபது வரிகள் காணப்படுகின்றன. செப்பேட்டின் இடது பகுதி குவிந்து தாமரை மொட்டும், இதழுமாக அமைக்கப்பட்டு துளையிடப்பட்டுள்ளது. முன்பக்க இதழ்ப் பகுதியில் சிவலிங்கமும், பீடத்தில் நிறுத்திய சூலமும் கோட்டுருவங்களாகப் பொறிக்கப்பட்டுள்ளன. செப்பேட்டின் இடைப்பகுதியில் தெலுங்குப் பகுதிகள் பொறிக்கப்பட்டு, அதன் பின்பே தமிழ்ப் பகுதிகள் பொறிக்கப்பட்டுள்ளன.

இச்செப்பேடு மதுரையை ஆண்ட சொக்கனாத நாயக்கரின் ஆட்சிக்காலத்தில் (பொ.ஆ. 1706 - 52) வழங்கப்பட்டுள்ளது. சொக்கனாத நாயக்கர் ஆட்சியில் அமர மாகாணம் பெற்றிருந்த பங்காரு திருமலை நாயக்கருக்குச் சேர்ந்த கெங்கய நாயக்கர் பாளையத்தில் பிச்சைக் கணக்கரால் கட்டப்பட்ட உத்தமபாளையத்தில்

உள்ள திருக்காளத்தீஸ்வரர் கோயில் அம்மன் ஞானாம்பிகையின் திருப்பல்லக்கு மற்றும் திருவிளையாடல் திருவிழாக்களின் செலவுகளுக்காக கருங்காட்டுக்குளம் என்ற ஊர் நிலங்கள் கொடையாக வழங்கப்பட்டுள்ளதை இச்செப்பேடு விவரிக்கிறது. இதனை முத்தன் ஆசாரி என்பவர் எழுதியுள்ளார்.

அந்தக் கால கல்வெட்டு, செப்பேடு மரபுப்படி துவக்கத்தில் 'மெய்கீர்த்தி' எனும் மன்னனின் புகழ்பாடும் பகுதியும், நடுவில் செய்தியும், நிறைவுப் பகுதியில் பின்பற்றுபவருக்கான பலன்களையும், கெடுப்போருக்கான தீமைகளையும் சொல்லும் 'ஓம்படைக்கிளவி'யும் இந்தச் செப்பேட்டில் முழுமையாக அமைந்துள்ளன.

மெய்கீர்த்திப் பகுதியை செப்பேட்டின் வரிகளில் பார்க்கலாம்.

"...ஸ்ரீமன் மகாமண்டலேசுரன் ராசாதிராசன் ராசபரமேசுவரன் ராச மார்த்தாண்டன் ராசகெம்பீரன் பாஷைக்கு தப்புவராய கண்டன் அரியதள விபாடன் கண்டநாடு கொண்டு கொண்ட நாடு கொடாதான் மூவராய கண்டன் ஒட்டியதளவிபாடன் ஒட்டியர் மோகந்தவிர்த்தான் துலுக்கர் தளவிபாடன் துலுக்கர் மோகந் தவிழ்த்தான் எம்மண்டலமுந் திறைள கொண்டருளிய ராசநரேந்திரன் அசுபதி கெசபதி நரபதி நவகோடி நாராயணன் ஆனைகொந்திராயர் வேங்கிடபதி ராயர் விருப்பாட்சிராயர் விட்டிலராயர் கிட்டிணராயர் பிறவுட தேவராயர் ராமதேவராயர் சீரங்கராயருக்குப் பிறிதி ராச்சியம் பண்ணா நின்ற சாலிவாகன சகாப்தம் 1655 இல்..."

செப்பேட்டின் 'ஓம்படைக்கிளவி' பகுதி...

"...இந்த தன்மத்துக்கு ஆர் விகாதம் செய்யுகிரார்களோ அவர்கள் கெங்கையிலே காறம்பசுவைக் கொண்ண பாவத்திலே போக கடவராகவும் மாதுரு கேமனம் செய்த பாவத்திலே போவராகவும் இந்த தன்மம் பரிபாலம் பண்ணினவர்க்கு சந்தாண முத்தியும் சகல அசுரியமும் ராசபிரசாதமும் தெய்வப் பிறசாதமும் உண்டாவதாகவும் மதுரையிலே சொக்கலிங்கம் மீனாட்சியம்மனைச் சேவித்த பலனை அடையக் கடவதாகவும்..."

துணை நூல்:

உத்தமபாளையம் செப்பேடு (ஆவணம்),
மா.சந்திரமூர்த்தி, தொல்லியல் கழகம், 1999.

பொ.ஆ. பதினெட்டாம் நூற்றாண்டு

தேவதானப்பட்டி குதிரை வீரன்கல்
(10° 08' 46' N - 77° 38' 36' E)

பெரியகுளத்தில் இருந்து திண்டுக்கல் செல்லும் நெடுஞ்சாலையில் அமைந்துள்ள ஊர் தேவதானப்பட்டி. இவ்வூரின் அருகில், நாயக்கர் காலத்து குதிரை வீரன் கல் ஒன்று கண்டுபிடிக்கப்பட்டு, ஆய்வாளர் ஆ.ஞானசேகரன் அவர்களால் தொல்லியல் கழகத்தின் 2016ஆம் ஆண்டு ஆவணத்தில் வெளியிடப்பட்டுள்ளது.

பொ.ஆ.பதினெட்டாம் நூற்றாண்டைச் சேர்ந்த இந்த வீரக்கல், குதிரை வீரன் ஒருவன் எதிரிகளின் குதிரைப்படையுடன் சண்டையிட்டபோது உயிர் நீத்ததன் நினைவாக அமைக்கப்பட்டுள்ளது. வீரனின் சிற்பம் வலப்புறக் கொண்டையுடனும், காதில் குண்டலங்களுடனும் அமைக்கப்பட்டுள்ளது. குதிரையின் மீது அமர்ந்து வீராவேசத்துடன் பாய்ந்த நிலையில் எதிரியைத் தாக்கும் விதமாக இப்புடைப்புச் சிற்பம் வடிவமைக்கப்பட்டுள்ளது. இதில் குதிரை வீரனின் உடைகள் காற்றில் வேகமாய்ப் பறந்த நிலையும், குதிரையின் சேணத்தை இழுத்துப் பிடித்து கால்களினால் அழுத்தி வேகம் காட்டும் நிலையும் சித்திரிக்கப்பட்டுள்ளது. குதிரை முன்னங்கால்களை மடக்கி, சேணத்திற்குக் கட்டுப்பட்டு குனிந்த நிலையிலும், வேகமாகப் பறக்கும் நோக்கிலும் அமைக்கப்பட்டுள்ளது.

துணை நூல்:

குதிரை வீரன் கல் (ஆவணம்),
ஆ.ஞானசேகரன், தொல்லியல் கழகம், 2016.

பொ.ஆ. பதினெட்டாம் நூற்றாண்டு

உத்தமபாளையம் சாயபு மலை
(9° 48' 48' N - 77° 19' 59' E)

உத்தமபாளையம் நகருக்கு வெளியே அமைந்துள்ள திருக்குணகிரி சமணமலைக்கு எதிர்ப்புறத்தில் அமைந்துள்ள மலை சாயபு மலையாகும். இது உள்ளூர் மக்களால் 'சாயமலை' என்று அழைக்கப்படுகிறது.

மலையின் மீது அமைந்துள்ள சமாதிக்குச் சென்று பிரார்த்திக்கும் வழக்கம் இஸ்லாமிய மக்களுக்கு இப்பகுதியில் பல ஆண்டுகளாக இருந்து வந்திருக்கிறது. இங்கிருக்கும் சமாதி குறித்து பல கதைகள் சொல்லப்படுவதாலும், அவை வெவ்வேறு காலங்களைச் சேர்ந்தவையாக இருப்பதாலும் உண்மையை அறிந்துகொள்ள இயலவில்லை.

இப்போது பராமரிப்பின்றி இருக்கும் இம்மலைப் பகுதிக்குச் செல்லும் பாதையும் பராமரிக்கப்படவில்லை. மலையின் மேற்பகுதிக்குச் செல்லும் படிக்கட்டுகள் பராமரிப்பின்றியும், மேலே சமாதியின் அருகில் இருக்கும் அறை ஆகியவையும் சிதிலமடைந்தும் காணப்படுகின்றன. அடக்கத்தலத்தின்

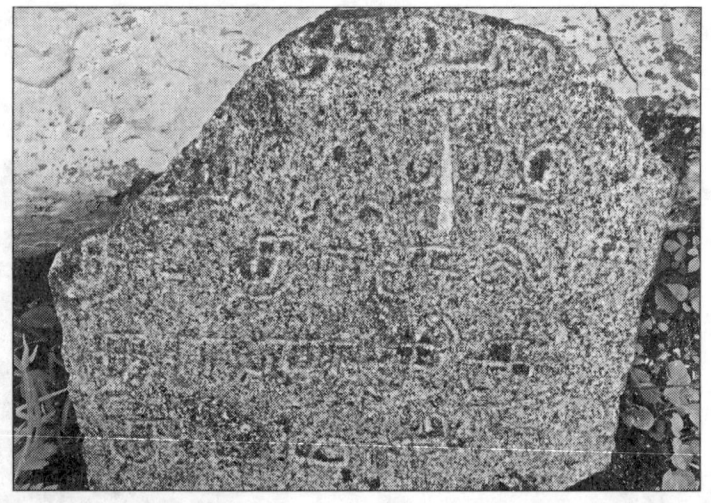

அருகில் இருந்த கல்வெட்டு ஒன்று உடைக்கப்பட்டிருக்கிறது. பல துண்டுகளாகச் சிதைந்திருக்கும் அந்தக் கல்வெட்டு வாசிக்க முடியாத அளவுக்கு இருக்கிறது. எழுத்துப் பொறிப்பும், எழுத்து ஒழுங்கமைவும் பதினெட்டாம் நூற்றாண்டைச் சேர்ந்தவையாக இருக்கலாம் என கணிக்கப்படுகிறது.

பொ.ஆ. பதினெட்டாம் நூற்றாண்டு

பெரியகுளம் நவாப் ஜாமிஆ பள்ளிவாசல்
(10° 07' 27' N - 77° 32' 50' E)

பெரியகுளம் நகரில் வராக நதியின் வடகரையில் பழைய பேருந்து நிலையம் அருகே அமைந்துள்ளது நவாப் ஜாமிஆ பள்ளிவாசல். தேனி மாவட்டத்தின் இரண்டாவது பழமையான மசூதி இது. இந்தப் பள்ளிவாசல் உருவான காலம் குறித்த தெளிவான தகவல் இல்லை. பள்ளிவாசலோடு இணைந்திருக்கும் அடக்கத்தலத்தில் இருக்கும் சமாதி அடிப்படையில் பொ.ஆ. பதினெட்டாம் நூற்றாண்டு என வகைப்படுத்தலாம்.

இப்பள்ளிவாசலில் அமைந்திருக்கும் சமாதி ஒன்று வரலாற்று முக்கியத்துவம் வாய்ந்தது. பொ.ஆ.1764 ஆம் ஆண்டைச் சேர்ந்த நபர் ஒருவரின் சமாதி இது. அவர் சுதந்திரப் போராட்ட வரலாற்றில் அறியப்பட்ட மருதநாயகம் என்ற கான்சாகிப் யூசுப் கானின் அடக்கத்தலம்தான் அது. பொ.ஆ. 1720 களில் இராமநாதபுரம் மாவட்டத்தில் பிறந்த மருதநாயகம் பிற்காலத்தில் இஸ்லாமியராக மாறி, தனது பெயரை யூசுப் கான் என்று மாற்றிக்கொள்கிறார். இதில் மருத நாயகம் எனும் பெயரே அவர் மதுரையின் ஆட்சிப் பொறுப்பில் இருக்கும் போது ஏற்பட்ட பட்டப்பெயர் 'மதுரை நாயகம்' என்றே ஆய்வாளர்கள் கூறுகின்றனர்.

துவக்கத்தில் தஞ்சை-மராட்டிய மன்னனின் படையில் பணிபுரிந்த மருதநாயகம், பின்பு பிரெஞ்சுப்

படையில் சேர்ந்து ஆங்கிலேயர்களை எதிர்க்கும் போர்களில் பங்கேற்கிறார். பிறகு, பிரெஞ்சு தளபதிகளுக்கிடையிலான முரண்பாட்டில் ஆங்கிலேயப் படையில் ராபர்ட் கிளைவின் கீழ் இணைகிறார். இந்திய சுதந்திரப் போரின் வீரர்களான ஹைதர் அலிக்கும், பூலித்தேவனுக்கும் எதிராகப் போரிடுகிறார், மருதநாயகம். ஆங்கிலேயரின் பாராட்டைப் பெற்ற அவர் *1759*ல் தெற்குச்சீமையின் கவர்னராகப் பதவியேற்கிறார். ஆற்காடு நவாபுக்கும், மருதநாயகத்துக்குமான முரண்பாட்டில் ஆங்கிலேயர்கள் ஆற்காடு நவாபுக்கு ஆதரவு நிலை எடுத்தார்கள். *1763*ஆம் ஆண்டு, மதுரைக் கோட்டையில் இருந்த பிரிட்டிஷ் கொடியை இறக்கிவிட்டு, சுயாட்சியாக அறிவித்தார்.

ஆங்கிலேயர்களுக்கும் மருதநாயகத்துக்குமான போர் துவங்கியது. பல கட்டங்களுக்குப் பிறகு, படைத்தளபதி மார்ச்சந்தின் உதவியோடு, தொழுதுகொண்டிருக்கும் போது *1764*ல் மதுரையில் கைது செய்யப்பட்டார், மருதநாயகம். இரண்டு முறை தூக்கில் போட்டும் அவர் மரணமடையாததால், மூன்றாவது முறை நீண்ட நேரம் தூக்கிலிடப்பட்டு அவர் கொல்லப்பட்டார். ஆனாலும், பயம் தீராத ஆங்கிலேயர்கள் அவரின் உடலையும், தலையையும், கை, கால்களையும் தனித்தனியாகத் துண்டித்தனர். மருதநாயகத்தின் உடல் மதுரை சம்மட்டிபுரத்திலும், தலை திருச்சியிலும், கைகள் பாளையங்கோட்டையிலும், கால்கள் பெரியகுளத்திலும் புதைக்கப்பட்டன. இன்னும் சில ஆய்வாளர்கள் தஞ்சாவூரிலும், திருவிதாங்கோட்டிலும் உடலின் சில உறுப்புகள் புதைக்கப்பட்டுள்ளதாக கூறுகின்றனர்.

பெரியகுளத்தில் மருதநாயகம் என்ற யூசுப் கானின் கால்கள் புதைக்கப்பட்ட இடம்தான் இந்த நவாப் ஜாமிஆ பள்ளி வாசல். அடக்கம் செய்யப்பட்ட மைதானத்தின் அருகே அதுகுறித்த கல்வெட்டு அமைந்துள்ளது. பள்ளிவாசல் புதுப்பிக்கப்பட்ட போது கல்வெட்டும் புதுப்பிக்கப்பட்டுள்ளது.

துணை நூல்கள்:

1. மினரா நூற்றாண்டு சிறப்பு மலர், பெரியகுளம் காடுபாவா பள்ளிவாசல் ஜமாத் கமிட்டி

2. யார் அந்த மருதநாயகம் (கட்டுரை), எம்.தமீமுன் அன்சாரி, உதயநாடு இணையதளம், *2018.*

3. கமோண்டோ கான் (கட்டுரை), ஏ.பாக்கியம், கீற்று இணையதளம், *2009*

4. கான்சாகிபு சண்டை (நாட்டுப் பாடல்கள்), நா.வானமாமலை, மதுரை காமராசர் பல்கலைக்கழகம், *1998.*

5. கும்மந்தான் கான்சாகிபு (ஆய்வு நூல்), ந.சஞ்சீவி, பாரி நிலையம், *1960.*

பொ.ஆ. பதினெட்டாம் நூற்றாண்டு

கூடலூர் சதிக்கல்

(9° 40' 36' N - 77° 14' 37' E)

கூடலூரில் இருந்து குமுளி செல்லும் சாலையில் என்.எஸ்.கே.பி.பள்ளியின் எதிர்புறம் ஊருக்குள் செல்லும் சாலையில் ஒரு திரையரங்கம் அமைந்துள்ளது. அதன் பின்புறமுள்ள பகுதியில் சிறு வழிபாட்டுத்தலத்தில் சதிக்கல் அமைந்துள்ளது.

வலதுபுறம் ஒரு ஆணின் சிற்பமும், இடதுபுறம் ஒரு பெண்ணின் சிற்பமும் அமைந்துள்ளது. ஆணின் வலது கையில் ஒரு சிறிய கத்தியும், இடது கையில் போரில் பயன்படுத்தப்படும் துப்பாக்கி தரையில் ஊன்றியபடியும் அமைந்துள்ளது. பொ.ஆ. 1500களில் நடைபெற்ற பானிபட் போரில் இருந்தே இந்தியாவில் துப்பாக்கிப் பயன்பாடு துவங்கி, மெல்ல மெல்ல பரவத் துவங்கிவிட்டது. இப்பகுதியில் கிடைத்த சதிக்கற்களில் துப்பாக்கியோடு இடம் பெறும் அரிதான சிற்பம் இது. முழங்கால் வரை கட்டிய கச்சையும், கழுத்திலும் காதிலும் அணிகலன்களோடு, இடுப்பின் இடதுபுறம் இன்னொரு குறுவாளோடும் வெடி வீரனின் சிற்பம் நேர்த்தியாக செதுக்கப்பட்டுள்ளது. பெண்ணின் சிற்பம் சதிக்கற்களுக்கே உரிய தன்மையின் படி வலது கையை மேல் நோக்கி உயர்த்தியபடியும், இடது கையில் ஏதோ ஒரு பொருளைப் பிடித்த படியும் முழங்கால் வரை சேலை உடுத்தியும், மேலாடையின்றி ஒழுங்கமைக்கப்பட்ட கேசத்தோடும், கையில் வளையல்கள் அணிந்தும் அமைந்துள்ளது. இது பதினேழு-பதினெட்டு நூற்றாண்டைச் சேர்ந்த சதிக்கல்லாக இருக்கலாம் என்று கணிக்கப்பட்டுள்ளது. இது வழிபாட்டில் உள்ளது.

பொ.ஆ. பதினெட்டாம் நூற்றாண்டு

கூடலூர் குதிரை வீரன்கல்
(9° 40' 36' N - 77° 14' 37' E)

கூடலூரில் இருந்து குமுளி செல்லும் சாலையில் என்.எஸ்.கே.பி.பள்ளியின் எதிர்புறம் ஊருக்குள் செல்லும் சாலையின் உட்புறம் அமைந்துள்ளது சிறு வழிபாட்டுத்தலத்தில் குதிரை வீரன்கல் அமைந்துள்ளது.

இந்த வீரக்கல், குதிரை வீரன் ஒருவன் எதிரிகளின் குதிரைப்படையுடன் சண்டையிட்டபோது உயிர் நீத்ததன் நினைவாக அமைக்கப்பட்டுள்ளது. வீரன் ஒருவன் குதிரையின் மீது அமர்ந்து பாய்ந்த நிலையில் எதிரியைத் தாக்கும் விதமாக கையில் ஒரு வாளோடு இப்புடைப்புச் சிற்பம் வடிவமைக்கப்பட்டுள்ளது. இதில் குதிரை வீரனின் உடைகள், குதிரையின் உருவம் ஆகியவை அரிக்கப்பட்டிருக்கின்றன. குதிரை, தன் முன்னங்கால்களை உயர்த்தி மடக்கிய நிலையில் அமைக்கப்பட்டுள்ளது. இந்தக் குதிரை வீரன்கல் வழிபடப்பட்டு வருகிறது. இது பதினேழு, பதினெட்டாம் நூற்றாண்டுகளைச் சேர்ந்தவையாக இருக்கலாம் என்று கணிக்கப்படுகிறது.

பொ.ஆ. பதினெட்டாம் நூற்றாண்டு

கூடலூர் வெடி வீரன் நடுகல்
(9° 40' 13' N - 77° 15' 05' E)

கூடலூரில் அழகிய பெருமாள் கோயில் வழியாக வயல்பகுதிக்குச் செல்லும் சாலையில் அமைந்துள்ளது அங்காள ஈஸ்வரியம்மன் கோயில். அதன் வளாகத்தில் வெடி வீரன் நினைவாக வைக்கப்பட்ட நடுகல் ஒன்று அமைந்துள்ளது. உள்ளூர் மக்களால் 'வேட்டைக் கருப்பு' என்று அழைக்கப்படும் இது புடைப்புச் சிற்பமாக வடிக்கப்பட்டுள்ளது. மூன்றடி உயரத்தில் அமைந்திருக்கும் இந்நடுகல் வீரனின் சிற்பம் மார்பு வரை உயர்த்தப்பட்ட வலது கையில் ஒரு நீளமான வாளுடனும், இடது கையில் தரையில் ஊன்றிய நிலையில் ஒரு துப்பாக்கியுடனும் வடிக்கப்பட்டிருக்கிறது. இது புறக் கொண்டையும், நீள் தாடியும், காதுகளில் அணிகலன்களும், கால் மூட்டுப் பகுதிக்கு மேல் வரை இருக்கும் கச்சையுடனும் வீரனின் சிற்பம் அமைக்கப்பட்டிருக்கிறது. வழிபாட்டில் இருக்கும் நடுகல் என்பதால் புகையின் கறுப்பு படிந்து, சிற்பம் அரிக்கப்பட்டிருக்கிறது.

பொ.ஆ. பதினெட்டாம் நூற்றாண்டு

உத்தமபாளையம் சதிக்கற்கள்
(9° 48' 12' N - 77° 19' 48' E)

உத்தமபாளையம் நகரிலிருந்து போடி செல்லும் சாலையில் அஞ்சலகம் அருகில் விண்ணரசி தேவாலயம் அமைந்துள்ளது. அஞ்சலகத்துக்கும், தேவாலயத்துக்கும் இடையில் சாலையின் இடதுபுறத்தில் அரச மரத்தின் கீழ் சதிக்கற்கள் அமைந்துள்ளன.

முதல் கல்லில் வலதுபுறம் ஒரு ஆணின் சிற்பமும், இடதுபுறம் ஒரு பெண்ணின் சிற்பமும் அமைந்துள்ளது. ஆண் சிற்பம், ஒரு காலை முழுவதும் மடக்கியும், இன்னொரு கால் குத்துக்காலிட்ட நிலையிலும் அமர்ந்து, வலது கையில் ஒரு சிறுவாளுடனும் அமைக்கப்பட்டுள்ளது. பெண்ணின் சிற்பமும் அதே நிலையில் அமர்ந்து, வலது கையை உயர்த்திய நிலையில் அமைந்துள்ளது. இது புடைப்புச் சிற்பமாக வடிக்கப்பட்டுள்ளது.

இரண்டாவது கல்லில் அதேபோல வலதுபுறம் ஆணும், இடதுபுறம் பெண்ணும் சிற்பங்களில் உள்ளனர். ஆண், வலது கையில் குறு வாளுடனும், பெண், வலது கையை உயர்த்தியவாறும் புடைப்புச் சிற்பமாக வடிக்கப்பட்டுள்ளது. இரு சதிக்கற்களும் இறந்த கணவர்களுக்காக உடன்கட்டை ஏறிய பெண்களுக்கான நினைவுக்காக வைக்கப்பட்டுள்ளன. வழிபாட்டில் இருந்து, சமீபகாலத்தில் பராமரிக்கப்படாத கற்களாக இவை உள்ளன. சிற்பங்கள் சிதையத் தொடங்கி, தெளிவற்றுக் காணப்படுகின்றன. இவை பதினெட்டாம் நூற்றாண்டைச் சேர்ந்தவையாகக் கணிக்கப்படுகிறது.

பொ.ஆ. பத்தொன்பதாம் நூற்றாண்டு

ஜம்புலிபுத்தூர் கதலி நரசிங்கப் பெருமாள் கோயில்

(10° 11' 01' N - 77° 34' 44' E)

ஆண்டிபட்டியில் இருந்து வைகை அணை செல்லும் சாலையில், மூன்று கி.மீ. தொலைவில் ஜம்புலிபுத்தூர் அமைந்துள்ளது. இவ்வூரில் உள்ள கதலி நரசிங்கப் பெருமாள் கோயிலின் மகா மண்டபத்திலும், கிணறு, கொடிக்கம்பம், வாயில் மரக்கதவு ஆகியவற்றிலும் கல்வெட்டுகள் துண்டு துண்டாக அமைந்துள்ளன. இவை பதினெட்டாம் நூற்றாண்டைச் சேர்ந்தவை. இந்தக் கல்வெட்டுகளை ஆய்வாளர் எஸ்.நாகராஜ் அவர்கள் தொல்லியல் கழகம் வெளியிட்ட ஆவணம் 1993ல் வெளியிட்டுள்ளார்.

கோயிலின் மகா மண்டபத்தில் தென் சுவரில் அமைந்துள்ள துண்டுக் கல்வெட்டு, பதினெட்டாம் நூற்றாண்டில் கோயிலுக்கு வழங்கப்பட்ட நிலக் கொடையைப் பற்றிக் குறிப்பிடுகிறது.

கோயில் மரக்கதவில் பொறிக்கப்பட்டுள்ள எழுத்துகள் கல்வெட்டு எழுத்துகளைப்போல ஆழமாக அமைந்திருக்கின்றன. இரண்டு, மூன்று எழுத்துகளாக கதவின் மேற்புறம் துவங்கி, கீழ் வரை பொறிக்கப்பட்டுள்ளன. பொ.ஆ.1850ஆம் ஆண்டு கோயில் கதவையும், இன்னும் சில பொருட்களையும் கண்டமனூர் ஜமீன் செய்து கொடுத்தது பற்றி கதவுக் கல்வெட்டு விவரிக்கிறது.

கதவில் உள்ள எழுத்துப் பொறிப்பின் வரிகள்...

“1850 ஸ்வஸ்தி ஸ்ரீ தமிள் சவுமிய வருஷம் மாசி மீ 12 உ குருவாரம் சம்புலிபுத்தூர் கதலி நரசிங்கப் பெருமாள் கோவில் குடவரைவாசல் கதவு செய்த்து மகாராாசராச ஸ்ரீ கண்டமனூற் குத்தகை அக்கம நாயக்கர் புதுப்பட்டி மகாறாசராச அக்கம நாயக்கற் மகாலிங்கம் செட்டியாற் றாமசாமி ஆசாரி உத்தரம் பூட்டுச் சங்கிலி ஆணி முறை வளையம் வேலை கோவில் பூசை மிச்சம் அயிவேசில் செய்தது.”

துணை நூல்:

ஜம்புலிபுத்தூர் கல்வெட்டுகள் (ஆவணம்), எஸ்.நாகராஜ், தொல்லியல் கழகம், 1993.

பொ.ஆ. பத்தொன்பதாம் நூற்றாண்டு

போடி காளியம்மன் கோயில்

(10° 00' 39' N - 77°21' 40' E)

போடி நாயக்கனூரின் சாலை காளியம்மன் கோயிலின் முன்புறம் ஒரு கல்வெட்டு அமைந்துள்ளது. இதனை ஆய்வாளர் மு.கனகராஜ் அவர்கள் தொல்லியல் கழகம் வெளியிட்ட ஆவணம் 2017ல் வெளியிட்டுள்ளார்.

பொ.ஆ.1898ஆம் ஆண்டைச் சேர்ந்தது இக்கல்வெட்டு. போடி நாயக்கனூரைச் சேர்ந்த முத்தையா நாடார் என்பவருடைய மனைவி முத்தாயம்மாள், காளியம்மன் கோயிலுக்குக் கொடுத்த கொடையை இக்கல்வெட்டு குறிப்பிடுகிறது. பத்தொன்பதாம் நூற்றாண்டின் பிற்காலத்துக் கல்வெட்டு என்பதால், தற்போது உள்ள கோயில் நன்கொடைகளை மையில் எழுதும் பாணி காணப்படுகிறது. ஐந்து வரிகளில் அமைந்திருக்கும் இந்தக் கல்வெட்டின் வரிகள்...

"1898 சிவமயம் விளம்பிற சித்திரை மீ தேதீ. முத்தய நாட்டார் பெண்சாதி முத்தாயம்மாள்."

துணை நூல்:

போடிநாயக்கனூர் வட்ட கல்வெட்டு(ஆவணம்), மு.கனகராஜ், தொல்லியல் கழகம், 2017.

பொ.ஆ. பத்தொன்பதாம் நூற்றாண்டு

தேனி ஓலைச்சுவடிகள்

தேனி நகரைச் சேர்ந்த அமரர் மல்லிகாசுவரன் பரமானந்தன் அவர்கள் தனது பொதுக் குடும்பத்தைச் சேர்ந்த ஓலை ஆவணங்களை ஆய்வுக்கு அளித்துள்ளார். ஆய்வாளர்கள் சு.இராசகோபால், கோ.உத்திராடம் ஆகியோர் ஓலைகளை வாசித்து அவற்றை தொல்லியல் கழகம் வெளியிட்ட ஆவணம் 2016ல் வெளியிட்டுள்ளனர்.

இந்த ஓலைகள் கட்டுக் கலைந்து உதிரியாய் உள்ளவை. வரிசையில் பல ஓலைகளைக் காணவில்லை. இவற்றில் மாணவர்கள் படித்தறியும் எண் சுவடியும், பாடல் சுவடியும், ஆங்கிலேயர் காலத்தில் விவசாய வரிவிதிப்பு தொடர்பாக வழங்கப்பட்ட ஓலை ஆவணங்களும் காணப்படுகின்றன.

வரிசைப்படுத்தப்பட்ட முதல் சுவடித் தொகுப்பில் ஏழு ஓலைகள் உள்ளன. “பண்டாரம் கதிர்காமம் மாலை ஏடு” எனும் தலைப்பில் அமைந்துள்ள 27 பாடல்கள் இதில் இடம்பெற்றுள்ளன. ஒவ்வொரு ஓலையிலும் பக்கத்துக்கு இரண்டு பத்திகளாக இந்தப் பாடல்கள் எழுதப்பட்டுள்ளன. பேச்சு நடைத் தமிழும், உரைத்தமிழும் கலந்து எழுதப்பட்டுள்ளது. எல்லா பாடல்களும் ‘கதிர்காம வேலோனே’ என்று முடிவடைகின்றன. மாதிரிக்காக ஓலையில் உள்ள ஒரு பாடலைப் பார்க்கலாம். .

“நித்தம் ஒனைத் துதித்து நீநிலத்தோர் கொண்டாட
பத்து லட்சங் கோடி தமிள்ப் பாட வரமே யருள்வாய்
அத்தனருள் குமறா ஆயோன் மருகோனே
கந்தனே யெங்கள் கதிர்காம வேலோனே.”

மாணவர்களுக்கான எண் சுவடிகளைத் தவிர எஞ்சியுள்ள ஓலைகள் ஆங்கிலேயர் ஆட்சிக் காலத்தின் ஆவணங்களாக அமைந்துள்ளன. இந்த ஆவணங்கள் அனைத்தும் 1847 மற்றும் 1854 ஆம் ஆண்டுகளைச் சேர்ந்தவை.

அந்தக் காலத்தில் மதுரை கலெக்டரின் ஆளுகைக்கு உட்பட்டிருந்த தென்கரை தாலுகாவில் அமைந்துள்ள புதுப்பட்டி, கோமல் என்ற கிராமங்கள் பெயர்களோடு ஓலை ஆவணங்கள் காணப்படுகின்றன. ஆவணங்கள் பயிர் விளைச்சல் தொடர்பாக விவசாய வரி, குத்தகை வரி என அரசு வசூலிக்க கிஷ்தி பந்தி, இசரா பட்டயம் என்று நில விவரங்களும், ஒவ்வொரு பசலி ஆண்டு வரி விதிப்பும், அதைக் கட்ட வேண்டிய கால அளவும், மாதம், தேதி குறிப்புகளுடன் எழுதப்பட்டுள்ளன. அக்காலத்தைச் சேர்ந்த மதுரை ஜில்லா கலெக்டர்களின் பெயர்களாக மேஸ்தர் ஆர்.டி.பார்க்கர் துரை, எல்லீசு எலியாட் துரை, மேஸ்தர் அகஸ்டின் கிளாரெட் துரை ஆகியோரின் பெயர்கள் இடம்பெற்றுள்ளன. ஓலையின் இறுதியில் பின்பக்கம் அழுத்தி முத்திரை பதிக்கப்பட்ட ஆங்கிலச் சொற்களும் உள்ளன.

மாதிரிக்காக ஓர் ஓலை ஆவணத்தின் செய்திகளைப் பார்க்கலாம்...

"... மன் கோவில்பட்டி ண்டன் முத்திலிங்க கவண்டன் மதுரை ஜில்லா காலக்கட்டறாகிய மகாராஜ மானிய ராஜராஜ ஸ்ரீ மேஷ்த்தர் ஆர்.டி.பாக்கர் துரையவர்கள் 1வது தென்கரை தாலுகாச் சேகறம் கோமல் கிராமம் பயிரிடும் குடியான முத்துலிங்க கவண்டனுக்கு எழுதி வைத்து குடுத்த இஷ்றராப் பட்டயம் யென்னவென்றால்

2வது 1264ம் பசலி ஆடி மாதம் முதல் ஆனி மாதம் வரை வருஷம் ஒன் பற்றடப்புக்கு நஞ்சை புஞ்சை தோட்டம் வகைறா நீ சாகுபடி செய்த நிலங்கழுக்கு விபரம் 704 நி 189

3வது இதனடியில் கண்டிரு கெஷ்திப் பந்திப் பிரகாரத்தில் சர்காரிப் பணம் செலுத்தி விட்டு ரசீது வாங்கிவரவும் கெஷ்த்திப் பிந்தி 1854 வருஷம்... டிசம்பர் மாதம் 25 தேதி."

துணை நூல்:

தேனி ஓலை ஆவணங்கள் (ஆவணம்),
சு,இராசகோபால், கோ.உத்திராடம்,
தொல்லியல் கழகம், 2016.

பொ.ஆ. பத்தொன்பதாம் நூற்றாண்டு

அனுமந்தன்பட்டி தூய ஆவியானவர் தேவாலயம்
(9° 47' 01' N - 77° 19' 20' E)

கம்பம் நகரில் இருந்து தேனி செல்லும் சாலையில் 7.5கி.மீ. தொலைவில் அமைந்துள்ள ஊர் அனுமந்தன்பட்டி. பொ.ஆ. 1774 ஆம் ஆண்டிலேயே இங்கு கிறிஸ்துவர்கள் வாழ்ந்து வந்தனர். தூய ஆவியானவர் தேவாலயம் கட்டப்பட்டது பொ.ஆ. 1881ல். அருட்தந்தை ஃபங்ரோ அவர்களால் ஆலயத்தின் கட்டடப் பணி துவக்கி வைக்கப்பட்டது. அதன் பிறகு வெவ்வேறு ஆண்டுகளில் ஆலயத்தின் கட்டுமானப் பணிகள் விரிவுபடுத்தப் பட்டுள்ளன.

தேவாலயத்தில் நடை பெறும் புனித சவேரியரின் சப்பரப் பவனி, 139 ஆண்டுகளாக நடைபெற்று வருகிறது.

துணை நூல்:

தேனி மாவட்ட வரலாறு, கம்பம் சோ.பஞ்சுராஜா, மணிமேகலை பிரசுரம்–2017.

பொ.ஆ. பத்தொன்பதாம் நூற்றாண்டு

ராயப்பன்பட்டி பனிமய மாதா ஆலயம்
(9° 46' 24' N - 77° 20' 15' E)

கம்பம் நகரில் இருந்து 9.5 கி.மீ. தொலைவில் அமைந்துள்ள ஊர் ராயப்பன்பட்டி. இக்கிராமத்தை உருவாக்கிய ராயப்ப உடையாரின் பெயரிலேயே இவ்வூர் அழைக்கப்படுகிறது. கம்பம் தேனி தேசிய நெடுஞ்சாலையில் செல்லும் போதே இடது புறமாக ராயப்பன்பட்டி ஊரும், அதன் நடுவில் பனிமய மாதா ஆலயத்தின் அழகான கோபுரமும் தொலைவில் தெரியும்.

புனித பனிமய மாதா ஆலயம் சிறிய அளவில் 1854ஆம் ஆண்டில் திருச்சி மறை மாவட்டத்தைச் சேர்ந்த அருட்தந்தை லூயிஸ் அடிகளாரால் கட்டப்பட்டு, பனிமய மாதா சிலை நிர்மாணிக்கப்பட்டது. பின்பு 1901, 1924 ஆண்டுகளில் ஆலயம் இன்றிருக்கும் வகையில்

பிரமாண்டமாக கட்டப்பட்டது. தென் மாவட்டங்களிலேயே மிக உயரம் கொண்ட கோபுரம் *140 அடி* உயரத்தில் இங்கு மட்டும்தான் அமைந்துள்ளது. இங்குள்ள ஆலயமணி, *1925ல்* பாரீஸில் இருந்து வாங்கப்பட்டுள்ளது. அதன் எடை சுமார் *760 கிலோ*.

ஆலயம் கட்டுவதற்காக நிலக்கொடை வழங்கிய ராயப்ப உடையாரின் கல்லறை ஆலயத்தின் வடக்குப் பக்கத்திலும், ஆலய மணி உட்பட, கட்டடப் பணிகளுக்கான கொடையளித்த சவரியப்ப உடையாரின் கல்லறை ஆலயத்தின் தெற்குப்பக்கமும் அமைந்துள்ளது.

துணை நூல்:

தேனி மாவட்ட வரலாறு, கம்பம் சோ.பஞ்சுராஜா, மணிமேகலை பிரசுரம்–2017.

பொ.ஆ. பத்தொன்பதாம் நூற்றாண்டு

வீரபாண்டி செப்பேடு

வீரபாண்டி கௌமாரியம்மன் கோயில் குறித்த செப்பேடு போடி நாயக்கனூரில் கிடைத்தது. வழக்கமாக கிடைத்த ஊரின் பெயராலேயே அழைக்கப்படும் செப்பேடு, இதில் மாறுபட்டு வீரபாண்டி செப்பேடு என்று அழைக்கப்படுகிறது. தமிழ்நாடு அரசின் தொல்லியல் துறையினரால் மின்னணுவாக்கம் செய்யப்பட்டு, வெளியிடப்பட்டுள்ளது. இச்செப்பேடு விஸ்வநாத நாயக்கர் ஆட்சியின் இறுதிக்காலத்தை சேர்ந்ததாகக் கணிக்கப்பட்டுள்ளது.

செப்பேடு குறிப்பிடுகின்ற செய்தியை தொல்லியல் துறை கீழ்க்கண்டவாறு குறிப்பிடுகிறது.

காமாட்சியம்மன் பக்தர்களாகிய 'யாகசத்திரிய தெலுங்க தேசாதிபதிகள்' வம்சத்தில் வந்த புல்லன் செட்டி வழியினர் வடக்கில் உள்ள கண்ணனூரிலிருந்து கௌமாரியம்மனை தங்களுடன் மதுரைக்குக் கொண்டு வந்து, பின்னர் வீரபாண்டியில் புல்லை நல்லூர் என்ற ஊரினை ஏற்படுத்தி அங்கு கோயில் கட்டி மாரியம்மனை வைத்து வழிபடத் தொடங்கினர். போருக்குச் சென்று இவ்வூர் வழியாகத் திரும்பிய விசுவநாத நாயக்கர் இவ்வூர் சிவபெருமான் மற்றும் மாரியம்மனின் சிறப்புகளை அறிந்து வழிபட்டு மகிழ்ந்தார். மேலும் மாரியம்மனுக்குச் சீதனமாக புல்லை நல்லூர் நான்கு எல்லைகளையும் ஒட்டி மூன்றே கால் நாழிகை அளவு தூரம் விரிந்த எல்லைப் பரப்பு நிலங்கள் மற்றும் அதனைச் சேர்ந்த நீர் நிலைகளை தாசன் செட்டி மகன் புல்லன் செட்டிக்குக் கொடுத்து மாரியம்மனுக்குத் திருவிழா நடத்தி வர செப்புப் பட்டயம் கொடுத்துள்ளார்.

மேலும் இவர்கள் பிற தெய்வங்களுக்கு நடத்திவருகின்ற தர்மங்களும், குளம் முதலிய தர்மங்களும் சொல்லப்பட்டு அவற்றுக்கு உள்ள மான்யங்களும் நடந்து வர பொன் தீர்வை நீக்கப்பட்டதும் சொல்லப்படுகிறது. மாரியம்மனுக்கும் 'கம்பம்' நட்டு நீர் ஊற்றி வழிபடும் திருவிழா விவரமும் பிறவும் சொல்லப்பட்டுள்ளன.

துணை நூல்:

மின்னுருவாக்க ஆவணம், தமிழிணையம்,
தமிழ்நாடு அரசு தொல்லியல் துறை.

பொ.ஆ. பத்தொன்பதாம் நூற்றாண்டு

போடி அரண்மனை சுவர் ஓவியம்
(10° 02' 58' N - 77°15' 10' E)

போடிநாயக்கனூரில் அமைந்துள்ளது போடி அரண்மனை. இது பங்காரு திருமலை போடைய நாயக்கரால் 1850களில் கட்டப்பட்டதாகும். இப்பகுதி பதினைந்தாம் நூற்றாண்டுக்குப் பிறகு நாயக்கர் வம்சாவளியினரால் ஆளப்பட்டு வந்தது. அதன் தொடர்ச்சியாக பொ.ஆ. 1849 - 1862ஆம் ஆண்டுகளில் ஜமீனாக இருந்தவர் பங்காரு திருமலை போடைய நாயக்கர். இவருடைய பெயரால்தான் இந்த ஊர் போடி நாயக்கனூர் என்று அழைக்கப்படுகிறது.

போடி அரண்மனை, ராஜஸ்தான் கட்டட அமைப்பை ஒத்ததாக, மூன்று நிலைகளைக் கொண்டதாக காணப்படுகிறது. இது செங்கல் மற்றும் சுண்ணாம்புக் கலவையால் கட்டப்பட்டுள்ளது. நுண்ணிய வேலைப்பாடுகளுடைய தூண்கள், வளைவுகள், கொடுங்கை, ஜன்னல், கதவுகள் என அனைத்தும் தேக்கு மரத்தில் செய்யப்பட்டுள்ளன. பெரிய தர்பார் அரங்கம், சித்திர மண்டபமான லட்சுமி விலாசம், பார்வையாளர் அறை, தானிய சேமிப்புக்

கிடங்கு, விளையாட்டு அரங்கம், குதிரை–யானை லாயங்கள்... என விரிவான வசதிகளுடன் அமைந்துள்ளது இந்த அரண்மனை.

இந்த அரண்மனையில் லட்சுமி விலாசம் மற்றும் தர்பார் அரங்கத்தின் சுவர்களில் ராமாயணக் காட்சிகள், நேர்த்தியாக, உரிய விளக்கங்களுடன் வரையப்பட்டுள்ளன. ராமர்–சீதை திருமணக்காட்சிகள், ராஜகம்பளத்து நாயக்கர்களின் திருமணச் சடங்குகளை நினைவுபடுத்துவதாக அமைந்துள்ளது என தொல்லியல் துறை குறிப்பிடுகிறது.

தமிழகத்தில் இருந்த அரண்மனைகள் அனைத்தும் வண்ண ஓவியங்களால் நிரப்பப்பட்டிருந்ததை சங்க இலக்கியங்கள் தெளிவு படுத்துகின்றன. கால ஓட்டத்தில் பல அரண்மனைகள் அழிந்து விட்டன. எஞ்சியிருக்கும் அரண்மனைகளில் ஓவியங்கள் சிதைந்து விட்டன. தமிழகத்தில் இப்போது இருக்கும் அரண்மனைகளில் தஞ்சை, ராமநாதபுரம் மற்றும் போடி அரண்மனைகளில் மட்டுமே பழமையான சுவர் ஓவியங்கள் காணக்கிடைக்கின்றன. இந்த ஓவியங்கள் மூலிகைச் சாறுகளாலும், வண்ணக் கற்களைக் கொண்டும் உருவாக்கப்பட்டிருக்கின்றன.

துணை நூல்கள்:

1. மின்னுருவாக்க ஆவணம், தமிழிணையம்,
   தமிழ்நாடு அரசு தொல்லியல் துறை.

2. வைகைக் கரை வரலாற்றுச் சுவடுகள்,
   கம்பம் சோ.பஞ்சுராஜா, மணிமேகலை பிரசுரம்–2017.

நிறைவாக...

பழம்பெரும் மக்கள் குடிப் பகுதிகளில் ஒன்றான தேனி மாவட்டத்தின் வரலாறு, ஆதிகால பாறை ஓவியங்களில் துவங்கி, நவீனகால கணினி வரைகலை வரை தொடர்கிறது. சில ஆண்டுகள் தேடலில் கிடைத்தவை மட்டும்தான் இங்கு தொகுக்கப் பட்டிருக்கின்றன. இன்னும் பல கோயில்கள், சிதைந்துபோன கல்வெட்டுகள், கண்டறியப்படாத குகை ஓவியங்கள், உருக்குலைந்த கல் திட்டைகள், வரலாற்று நினைவுச் சின்னங்களாக இன்றும் நிற்கும் அரண்மனைகள், மசூதிகள், தேவாலயங்கள், காவல் நிலையங்கள், மருத்துவமனைகள், அரசு அலுவலகங்கள்... என தொகுக்கப்பட வேண்டியவை எண்ணற்றவை. வாசிக்கப்படாத கல்வெட்டுகளுடனும், எழுத்துகளற்ற சிற்பங்களுடனும், ஆண்டு குறிப்பிடப்படாத நினைவுகளுடனும் காலம் கணிக்கப்படாமல் இன்னும் ஏராளமான வழிபாட்டுத்தலங்களும், நினைவுச் சின்னங்களும் காத்திருக்கின்றன.

டெல்லியிலும், சென்னையிலும் இருந்து அரசு வாகனங்களில் பயணித்து வரும் ஆய்வாளர்களுக்காக தொல்லியல் சின்னங்கள் காத்துக்கொண்டிருப்பதில்லை. கால ஓட்டத்திலும், இயற்கை மாற்றத்திலும் அவை அழிந்துவிடக்கூடும். தேசிய நெடுஞ்சாலைகள் வழியே பயணித்து வரும் வெளியூர் அறிஞர்களால் உள்ளூர் ஆதிகுடிகளின் வாழ்விடங்களைக் கண்டுபிடித்துவிட முடியாது. ஆய்வாளரும், அறிஞருமாக மாறவேண்டியது அந்தந்தப் பகுதியில் வசித்து வருபவர்களே. அவர்களால்தான் தான்வாழும் பகுதியை முழுமையாக அறிந்துகொள்ள முடியும். தன் பகுதியின் பண்பாட்டின் வழியே பயணிக்கவும் முடியும். எனவே, உங்கள் தொல்லியல் பயணங்களைத் துவங்குங்கள்.

ஏற்கெனவே அடையாளம் காணப்பட்டு, அரசால் பாதுகாக்கப் படுபவையாக அறிவிக்கப்பட்ட வரலாற்றுச் சின்னங்களை உள்ளூர் மக்களின் பாதுகாப்பின் மூலமே முழுமையாகப் பாதுகாக்க முடியும். அடுத்தத் தலைமுறைக்கு உள்ளூர் வரலாறுகளை அறிமுகம் செய்து வைக்கும் பணி நம் தோள்களில் இருக்கிறது. கூட்டம் கூட்டமாக தொல்லியல் சின்னங்களுக்குச் சென்று பார்வையிடுவதன் மூலம், அரசின் கவனத்தை அங்கு திருப்ப முடியும். வரலாற்றுக் குழப்பங்களைத் தடுக்க முடியும்.

வரலாறு தெரிந்த மனிதனால் மட்டுமே எதிர்காலம் குறித்து துல்லியமாகச் சிந்திக்க முடியும்.

துவங்குங்கள் உங்கள் பயணங்களை... வரலாற்றை நோக்கி!

பின்னிணைப்பு

நிலத்தை ஆண்டவர்கள்

வரலாற்றுக்கு முந்தைய காலத்தில் இருந்து மக்கள் வாழும் பகுதியாக தேனி மாவட்டம் இருந்து வருகிறது. மன்னராட்சிக் காலத்தில் மதுரையின் நிர்வாகப் பகுதிகளில் ஒன்றாகவே தேனி பகுதி தொடர்ந்து பாண்டிய ஆட்சியின் கீழ் அதிக காலம் இருந்து வந்திருக்கிறது. எனவே, மதுரையை ஆண்ட மன்னர்களின் வரலாறே, தேனி மாவட்டத்தின் பெரும்பாலான ஆட்சியாளர்களின் வரலாறாகவும் இருக்கிறது.

சங்ககாலத்தில் பாண்டியர் ஆட்சியில் இருந்த மதுரைப் பகுதி பொ.ஆ. மூன்றாம் நூற்றாண்டு வரை பாண்டியர்களிடம் இருந்திருக்கிறது. அந்தக் கால பாண்டியர்கள் குறித்த செய்திகள் சங்க இலக்கியங்களில் காணப்படுகின்றன.

சங்ககாலப் பாண்டியர்கள்

1. வடிம்பலம்ப நின்ற பாண்டியன்   நெடியோன்
2. முடத்திருமாறன்
3. பவ்யாகசாலை முதுகுடுமிப் பெருவழுதி
4. பசும்பூட் பாண்டியன்
5. தலையானங்காலத்துச் செருவென்ற நெடுஞ்செழியன்
6. சித்திர மாடத்துத் துஞ்சிய நன்மாறன்
7. இலவந்திகைப்பள்ளி துஞ்சிய நன்மாறன்
8. கூடக்காரத்துத் துஞ்சிய மாறன் வழுதி
9. வெள்ளியம்பலத்துத் துஞ்சிய பெருவழுதி
10. கானப்பேர் எயில் எறிந்த உக்கிரப் பெருவழுதி
11. கருங்கை ஒள்வாள் பெரும்பெயர் வழுதி
12. பாண்டியன் அறிவுடை நம்பி
13. ஒல்லையூர் எறிந்த பூதப்பாண்டியன்
14. ஆரியப்படை கடந்த நெடுஞ்செழியன்

15. கடலுள் மாய்ந்த இளம் பெருவழுதி
16. நல்வழுதி
17. நம்பி நெடுஞ்செழியன்
18. அண்டர் மகன் குறுவழுதி
19. மாலை மாறன்
20. மாறன் வழுதி

...உள்ளிட்ட சங்ககால பாண்டிய மன்னர்கள் 49 பேர் மதுரையை தலைமையிடமாகக் கொண்டு ஆட்சி நடத்தியதாக இலக்கியங்கள் கூறுகின்றன. சங்ககால பாண்டியர் ஆட்சியை பொ.ஆ.மூன்றாம் நூற்றாண்டில் களப்பிரர்கள் முடிவுக்குக் கொண்டுவந்தனர். களப்பிரர்கள் ஆட்சி பற்றிய விவரங்கள் சரிவரக் கிடைக்கவில்லை என்பதால் களப்பிரர் காலத்தை 'இருண்ட காலம்' என்று கூறுவார்கள்.

களப்பிரர்களுடைய படையெடுப்பு தமிழக அரசியலில் பெரும் மாறுதல்களைச் செய்ததோடு, சமூக, சமய, கலாசார வாழ்விலும் பெரும் மாற்றங்களை ஏற்படுத்தியது. வைதீக மதங்களுக்கு எதிராகவும், சமண பௌத்த ஆசீவக மதங்களுக்கு ஆதரவாகவும் களப்பிரர்கள் செயல்பட்டதாக வரலாற்று ஆய்வாளர்கள் கூறுகின்றனர்.

முற்காலப் பாண்டிய மன்னர்களும் - காலமும்

பொ. ஆ. ஆறாம் நூற்றாண்டில் பாண்டிய மன்னன் கடுங்கோன், களப்பிரர்களை வென்று மீண்டும் மதுரையில் ஆட்சியைக் கைப்பற்றிய விவரத்தை வேள்விக்குடி செப்பேடு உறுதி செய்கிறது. பொ.ஆ. 550ஆம் ஆண்டில் இருந்து ஆட்சியில் இருந்த பாண்டிய மன்னர்கள் 'முற்காலப் பாண்டியர்கள்' எனும் பெயரால் அழைக்கப்படுகிறார்கள்.

1. கடுங்கோன் - பொ.ஆ. 550 - 600
2. மாறவர்மன் அவனி சூளாமணி - பொ.ஆ. 600 - 620
3. செழியன் சேந்தன் - பொ.ஆ. 620 - 642
4. மாறவர்மன் அரிகேசரி (கூன் பாண்டியன்) - பொ.ஆ. 642 - 700
5. கோச்சடையன் ரணதீரன் - பொ.ஆ. 700 - 730
6. மாறவர்மன் முதலாம் ராஜசிம்மன் - பொ.ஆ. 730 - 768
7. பராந்தக நெடுஞ்சடையன் முதலாம் வரகுணன் - பொ.ஆ. 768 - 815
8. ஸ்ரீமாற ஸ்ரீவல்லபன் - பொ.ஆ. 815 - 862
9. இரண்டாம் வரகுணன் - பொ.ஆ. 862 - 885
10. பராந்தக வீரநாராயணன் - பொ.ஆ. 860 - 905
11. மாறவர்மன் இரண்டாம் ராஜசிம்மன் - பொ.ஆ. 900 - 920

12. மாறஞ்சடையன் - பொ.ஆ. 920 - 946
13. சோழன் தலைகொண்ட வீரபாண்டியன் - பொ.ஆ. 946 - 966
14. சடையன் மாறன்

சடையன் என்ற பட்டப் பெயருடன் மதுரையை இருபது ஆண்டுகள் ஆட்சி செய்த பாண்டிய மன்னன் சடையன் மாறன் குறித்து, விருதுநகர் மாவட்டம் கல்லுமடையில் கிடைத்த இரண்டு கல்வெட்டுகள் கூறுகின்றன. அங்கிருந்த சிவன் கோயில் ஒன்றுக்கு விளக்கெரிக்க நிலக்கொடையை இம்மன்னன் வழங்கியது குறித்து கல்வெட்டுகள் குறிப்பிடுகின்றன. பிற விவரங்கள் எதுவும் கிடைக்கவில்லை.

இக்காலத்தில் அமரபுஜங்கன் எனும் பாண்டிய மன்னனை ராஜராஜ சோழன் வென்று, பாண்டிய நாட்டைக் கைப்பற்றியதாக திருவாலக்காட்டு செப்பேடு கூறுகிறது. இந்த அமரபுஜங்கன் யார் என்பது பற்றியும், பிற விவரங்களும் கிடைக்கவில்லை. முற்கால பாண்டிய மன்னர்களில் கடைசி ஆட்சியாளனாக அமரபுஜங்கன் இருந்திருக்கலாம். இவனைத் தொடர்ந்து சுமார் இருநூறு ஆண்டுகாலம் சோழர்கள் ஆட்சியில் பாண்டிய நாடு இருந்தது.

இதற்கும் முன்பாக முதலாம் பராந்தக சோழன் (பொ.ஆ. 907 - 953) காலத்தில் மதுரை, சோழர் வசம் சென்றது. சோழன் தலை கொண்ட வீரபாண்டியன் (பொ.ஆ. 946 - 966) எனும் பாண்டிய மன்னன் மறுபடியும் மதுரையை மீட்டான். அதற்குப் பின்பு, இரண்டாம் பராந்தகன் எனும் சுந்தரச் சோழன் மறுபடியும் மதுரையைக் கைப்பற்றினான். இந்த தற்காலிக வெற்றிகளுக்குப் பின்பு, ராஜராஜ சோழனின் படையெடுப்புதான் மதுரைப் பகுதியில் நீண்ட கால சோழர் ஆட்சியை உருவாக்கியது. ஆட்சியை இழந்த பாண்டியர்கள் சிற்றரசர்களாக சில பகுதிகளை ஆண்டு வந்தனர். இன்னும் சிலர் சோழர்களுக்கு கீழ், வரி செலுத்தி தொடர்ந்து ஆட்சியில் இருந்தனர். இவர்கள் சோழப் பாண்டியர் என்று அழைக்கப்பட்டனர்.

இடைக்கால மற்றும் பிற்காலப் பாண்டிய மன்னர்களும் - காலமும்:

1. சடையவர்மன் உடையார் ஸ்ரீவல்லப பாண்டியன் - பொ.ஆ. 1014 - 1031
2. சடையவர்மன் ஸ்ரீ வல்லப பாண்டியன் - பொ.ஆ. 1101 - 1124
3. சுந்தரபாண்டியன் மானாபரணன் - பொ.ஆ. 1104 - 1131
4. சடையவர்மன் ஸ்ரீவல்லபன் பாண்டியன் - பொ.ஆ. 1131 - 1144
5. மாறவர்மன் பராக்கிரம பாண்டியன் - பொ.ஆ. 1143
6. மாறவர்மன் ஸ்ரீவல்லப பாண்டியன் - பொ.ஆ. 1145
7. சடையவர்மன் குலசேகர பாண்டியன் - பொ.ஆ. 1162 - 1177

8. சடையவர்மன் பராந்தக பாண்டியன் - பொ.ஆ. 1150 -1162

9. சடையவர்மன் வீரபாண்டியன் - 1170 - 1185

10. சடையவர்மன் வல்லப பாண்பான் பொ.ஆ. 1138 - 1185

11. மாறவர்மன் விக்கிரம பாண்டியன் 1181 - 1190

12. முதலாம் சடையவர்மன் குலசேகர பாண்டியன் - பொ.ஆ. 1190 - 1218

13. முதலாம் மாறவர்மன் சுந்தரபாண்டியன் - பொ.ஆ. 1216 - 1244

14. முதலாம் மாறவர்மன் விக்கிரம பாண்டியன் - பொ.ஆ. 1218 - 1232

15. இரண்டாம் சடையவர்மன் குலசேகர பாண்டியன் - பொ.ஆ. 1238 - 1255

16. இரண்டாம் மாறவர்மன் சுந்தரபாண்டியன் - பொ.ஆ. 1238 - 1255

17. முதலாம் சடையவர்மன் விக்கிரம பாண்டியன் - பொ.ஆ. 1241

18. இரண்டாம் மாறவர்மன் விக்கிரம பாண்டியன் - பொ.ஆ. 1250 - 1276

19. முதலாம் சடையவர்மன் சுந்தரபாண்டியன் - பொ.ஆ. 1251 - 1284

20. முதலாம் சடையவர்மன் வீரபாண்டியன் - பொ.ஆ. 1253 - 1283

21. இரண்டாம் சடையவர்மன் வீரபாண்டியன் - பொ.ஆ. 1251 - 126

22. இராஜகேசரி வீரபாண்டியன் - பொ.ஆ. 1266 - 1286

23. முதலாம் மாறவர்மன் குலசேகர பாண்டியன் - 1268 - 1318

24. இரண்டாம் சடையவர்மன் சுந்தரபாண்டியன் - பொ.ஆ. 1277 - 1294

25. மூன்றாம் சடையவர்மன் சுந்தரபாண்டியன் - பொ.ஆ. 1278 - 1301

26. மூன்றாம் சடையவர்மன் வீரபாண்டியன் - பொ.ஆ. 1281 - 1289

27. மூன்றாம் சடையவர்மன் சுந்தரபாண்டியன் - பொ.ஆ. 1297 - 1342

28. நான்காம் சடையவர்மன் சுந்தரபாண்டியன் - பொ.ஆ. 1303 - 1325

29. மூன்றாம் மாறவர்மன் சுந்தரபாண்டியன் - பொ.ஆ. 1303 - 1322

30. ஐந்தாம் சடையவர்மன் சுந்தரபாண்டியன் -
    பொ.ஆ. 1304 - 1319

31. முதலாம் மாறவர்மன் ஸ்ரீவல்லப பாண்டியன் -
    பொ.ஆ. 1308 - 1344

32. முதலாம் சடையவர்மன் ஸ்ரீவல்லப பாண்டியன் -
    பொ.ஆ. 1308 - 1341

33. சடையவர்மன் ராஜராஜன் சுந்தரபாண்டியன் -
    பொ.ஆ. 1310 - 1332

34. நான்காம் மாறவர்மன் விக்கிரம பாண்டியன் -
    பொ.ஆ. 1298 - 1302

35. வீரகேரளன் இரவிவர்மன் குலசேகர பாண்டியன்

36. இரண்டாம் மாறவர்மன் குலசேகர பாண்டியன் -
    பொ.ஆ. 1314 - 1362

37. முதலாம் சடையவர்மன் பராக்கிரம பாண்டியன் -
    பொ.ஆ. 1315 - 1334

38. ஆறாம் சடையவர்மன் சுந்தரபாண்டியன் -
    பொ.ஆ. 1318 - 1336

39. ஐந்தாம் மாறவர்மன் விக்கிரம பாண்டியன் -
    பொ.ஆ. 1323 - 1330

40. ஏழாம் சடையவர்மன் சுந்தரபாண்டியன் -
    பொ.ஆ. 1329 - 1347

41. எட்டாம் சடையவர்மன் சுந்தரபாண்டியன் -
    பொ.ஆ. 1330 - 1347

42. ஆறாம் மாறவர்மன் விக்கிரம பாண்டியன் -
    பொ.ஆ. 1337 - 1343

43. முதலாம் மாறவர்மன் வீரபாண்டியன் -
    பொ.ஆ.1334 - 1367

44. நான்காம் சடையவர்மன் வீரபாண்டியன் -
    பொ.ஆ. 1337 - 1378

45. இரண்டாம் மாறவர்மன் வீரபாண்டியன் -
    பொ.ஆ. 1341 - 1388

46. முதலாம் மாறவர்மன் பராக்கிரம பாண்டியன் -
    பொ.ஆ. 1335 - 1362

47. ஒன்பதாம் சடையவர்மன் விக்கிரம பாண்டியன் -
    பொ.ஆ. 1340 - 1364

48. இரண்டாம் சடையவர்மன் விக்கிரம பாண்டியன் -
    பொ.ஆ. 1344 - 1352

முதலாம் மாறவர்மன் குலசேகரனின் (பொ.ஆ. 1268 - 1318) மகன்களான வீரபாண்டியனும், சுந்தரபாண்டியனும் பாண்டிய நாட்டுக்குள்ளேயே போரிட்டுக்கொண்டனர். சுந்தரபாண்டியன் படை உதவி வேண்டி, டெல்லியில் ஆட்சியில் இருந்த அலாவுதீன் கில்ஜியின் உதவியை நாடினான். உதவி செய்ய வந்த மாலிக் காபூர் வாய்ப்பை பயன்படுத்திக்கொண்டு, மதுரையை பொ.ஆ. 1311ல் கைப்பற்றினான். மதுரையில் இருந்து துவங்கி, தேனி மாவட்டம் – கம்பம் வரை வந்து, செல்வங்களைக் கொள்ளை கொண்டு டெல்லி திரும்பினான், மாலிக் காபூர். அதன்பிறகு, டெல்லி சுல்தான்களின் நேரடி ஆட்சி மதுரையில் 1334 வரை நடைபெற்றது. தொடர்ந்து, மதுரையை ஆண்ட சுல்தான்கள் தங்களுக்குத் தாங்களே முடிசூட்டிக்கொண்டு மதுரை சுல்தான்களாக அறிவித்துக்கொண்டனர்.

மதுரை சுல்தான்களும் - அவர்களின் காலமும்

1. ஜலாலுதீன் அசன்ஷா - பொ.ஆ. 1335 - 40
2. அலாவுதீன் உடாவ்ஜி - பொ.ஆ. 1340 - 41
3. குத்புதீன் பெரோஷா (40 நாட்கள்)
4. சியாசுதீன் தமகனி - பொ.ஆ. 1340 - 42
5. நசீருதீன் - பொ.ஆ. 1342
6. அதில்ஷா - பொ.ஆ. 1356
7. பக்ருதீன் முபாரக்ஷா - பொ.ஆ. 1359 - 68
8. அலாவுதீன் சிக்கந்தர் - பொ.ஆ. 1368 - 71

பொ.ஆ. 1371ஆம் ஆண்டில் மதுரை சுல்தானியர் ஆட்சி விஜயநகர மன்னன் குமார கம்பணனால் முடிவுக்குக் கொண்டுவரப்பட்டது. விஜயநகர ஆட்சியின் கீழ் மதுரை தொடர்ந்து இருந்து வந்தது. விஜயநகர அரசர் கிருஷ்ணதேவராயரின் இறுதிக் காலத்தில் (பொ.ஆ. 1529 - 30) மதுரையில் நாயக்கர் அரசு உருவாக்கப்பட்டது.

1. விசுவநாத நாயக்கர் (1529 - 1564)
2. முதலாம் கிருஷ்ணப்ப நாயக்கர் (1564 - 1572)
3. வீரப்ப நாயக்கர் (1572 - 1595)
4. இரண்டாம் கிருஷ்ணப்ப நாயக்கர் (1595 - 1601)
5. முத்துக் கிருஷ்ணப்ப நாயக்கர் (1601 - 1609)
6. முதலாம் முத்துவீரப்ப நாயக்கர் (1609 - 1623)
7. திருமலை நாயக்கர் (1623 - 1659)
8. இரண்டாம் முத்துவீரப்ப நாயக்கர் (1659 - 1659)
9. சொக்கநாத நாயக்கர் (1659 - 1682)

10. அரங்க கிருஷ்ண முத்துவீரப்ப நாயக்கர் (1682 - 1689)
11. இராணி மங்கம்மாள் (1689 - 1705)
12. விஜயரங்க சொக்கநாத நாயக்கர் (1705 - 1732)
13. இராணி மீனாட்சி (1732 - 1736)

இராணி மீனாட்சி, ஆற்காடு நவாப் குடும்பத்தின் சந்தா சாகிபுடன் திருச்சியில் ஒரு உடன்படிக்கையைச் செய்துகொண்டு, பொ.ஆ. 1736ல் அவனால் ஏமாற்றப்பட்டார். இந்தச் சம்பவத்துக்குப் பிறகு, தற்கொலை செய்துகொண்ட இராணி மீனாட்சிதான் மதுரை நாயக்கர் ஆட்சியின் கடைசி அரசி.

இதற்குப் பிறகு ஆங்கிலேயர்கள், பிரெஞ்சுக்காரர்கள், ஆற்காட்டு நவாப்கள் இவர்களுக்கிடையேயான போட்டியில் பல போர்களும், குழப்பங்களும் ஏற்பட்டன. 1755ஆம் ஆண்டு ஆங்கிலேயர்களின் கிழக்கிந்தியக் கம்பெனிக்காக மருதநாயகம் என்கிற யூசுப்கான் மதுரையைக் கைப்பற்றினான். 1763ல் யூசுப்கான் பிரெஞ்சுக்காரர்களுடன் இணைந்து, கிழக்கிந்தியக் கம்பெனியை எதிர்த்தான். 1764ல் யூசுப்கான் தூக்கிலிடப்பட்ட பிறகு, அபிரல்கான் சாகிப் என்பவன் வருவாய் ஆளுநராகச் செயல்பட்டான். 1781ஆம் ஆண்டு ஆங்கிலேய அரசின் சார்பாக முதல் கலெக்டராக ஜார்ஜ் புரோக்டார் நியமிக்கப்பட்டு, ஆங்கிலேய ஆட்சி துவங்கியது. 1801ஆம் ஆண்டு தமிழகம் முழுவதும் ஆங்கிலேய ஆட்சிக்குக் கீழ் வந்துவிட்டது.

துணை நூல்கள்

1. மதுரை மாவட்ட தொல்லியல் கையேடு, தி.ஸ்ரீ.ஸ்ரீதர், தமிழ்நாடு அரசு தொல்லியல் துறை, 2005.
2. தமிழகக் காசுகள், ஆறுமுக சீதாராமன், முதல் பதிப்பு–2014, தனலட்சுமி பதிப்பகம்
3. மெய்கீர்த்திகள், பூ.சுப்பிரமணியம், உலகத்தமிழாராய்ச்சி நிறுவனம், முதல் பதிப்பு–1983.
4. மாறவர்மன் குலசேகர பாண்டியன், எம்.எம்.தீன், காவ்யா–2017.

அ. உமர் பாரூக்

ஆங்கில மருத்துவத்தின் இரத்தவியல் துறையில் கல்வியையும் பணியையும் துவங்கி, அக்குபங்சர் மற்றும் உளவியலில் பட்ட மேற்படிப்பை நிறைவு செய்தவர், அ. உமர் பாரூக். உணவு, உடல், மருத்துவம் குறித்து, இவர் எழுதிய முப்பது கட்டுரை நூல்களும், கவிதை, சிறுகதை, நாவல் என பதினோரு நூல்களும் வெளிவந்துள்ளன. இவற்றில், சில நூல்கள் மலையாளம், ஆங்கிலம், கன்னடம், தெலுங்கு மொழிகளில் மொழிபெயர்க்கப்பட்டுள்ளன. அழகப்பா பல்கலைக்கழகத்தின் அக்குபங்சர் இணைப்புக் கல்லூரியின் முதல்வராகவும், தமிழ்ப் பல்கலைக்கழக அக்குபங்சர் பாடத்திட்டக்குழு உறுப்பினராகவும் பணியாற்றுகிறார்.

தமிழ்நாடு முற்போக்கு எழுத்தாளர் கலைஞர்கள் சங்கத்தின் அறம் கிளையின் செயலாளராகவும், மாநிலக்குழு உறுப்பினராகவும் இருக்கிறார். தொல்லியல் அறிஞர் செந்தீ நடராசன் மற்றும் செம்பவளம் ஆய்வுத்தளத்தின் மாணவர். தொல்லியல் கழகத்தின் உறுப்பினராகவும் செயல்படுகிறார். அறம் கிளையின் மூலம் ஆயிரக்கணக்கான மாணவர்களுக்கு கல்வெட்டியல் பயிற்சிகளை நடத்தி வருகிறார்.

தொல்லியல் சார்ந்த நூல்கள், கல்விப்புலங்களையும் ஆய்வுப் புலங்களையும் கடந்து, பொதுமக்களைச் சென்றடைவதிலும், தொல்லியல் முக்கியத்துவம் வாய்ந்த தளங்களைப் பாதுகாத்து, செயல்பாடுகளை முன்னெடுப்பது அ. உமர் பாரூக் முன்வைக்கும் முக்கிய நோக்கம்.